Sa Ilalim Ng Ulan

SIN:Ulan

Geomet Agape

Ukiyoto Publishing

All global publishing rights are held by

Ukiyoto Publishing

Published in 2023

ISBN 9789357877749

This is a work of fiction. Names, characters, businesses, places, events, locales, and incidents are either the products of the author's imagination or used in a fictitious manner. Any resemblance to actual persons, living or dead, or actual events is purely coincidental.

www.ukiyoto.com

Contents

Prologue

A long, long, time ago. Sa lugar na far, far away.

May babaeng may pangalang, *Marquiza*. Siya ang unang anak na babae ng nanay at tatay niya. Mabait at masunuring anak si Marquiza, pero hindi niya talaga lubos maisip kung anong trip ng magulang niya at lagi na lang nitong sinasamba ang langit.

Araw-araw, nag-a-alay ang mga ito ng pagkain at dasal sa isang diyos na hindi naman nila kahit kailan nakita.

Tuwing nagtatanong si Marquiza kung sino ang binibigyan nila ng pagkain ay wala namang sinasabi ang mga ito, tanging ngiti lang.

Sinubukan niyang mag-imbestiga kung mayroon ngang kumukuha ng mga pagkain at nakikinig sa mga dasal ng mga ito.

Naghintay si Marquiza, araw-araw siyang nakamasid *sa ilalim ng puno.* Nakatingin sa langit.

Hanggang sa...isang araw, dumating ang bagyo.

Pero hindi tumigil si Marquiza sa paghihintay. Hinintay niya ang diyos na sinasamba ng magulang niya. Gusto niyang makita kung anong silbi ng pag-aalay ng mga ito sa isang nilalang na wala namang nakakakita.

Hindi siya pinigilan ng mga ito nang magpumilit siyang lumabas at umupo sa maputik na ugat ng puno.

Yakap niya ang sarili buong oras na humahampas ang hangin at ulan sa katawan niya.

Hanggang sa mawalan siya ng malay.

Pagkagising ni Marquiza, wala na siya sa maputik na ugat ng puno. Maliwanag ang lahat sa paligid niya, wala siyang makitang kahit anong bagay.

Kahit saan siya lumingon ay wala siyang makita kung hindi nakakasilaw na liwanag.

"Patay na ba ako?" Tanong niya sa sarili nang mga oras na 'yon.

"Hahahahaha!"

Nangilabot siya sa narinig. May tumawa sa sinabi niya pero wala siyang makita. Napapikit na lamang siya sa takot.

"Marquiza, Marquiza, pinahanga mo ako."

Hindi siya umimik. Pinabayaan niya ang sariling makinig dito.

"Kinuwestiyon mo ako. Wala pang kumukwestiyon sa akin kahit kailan."

"S-sino ka?"

"Ako ang langit at lupa."

Naguguluhang dumilat si Marquiza.

Lumantad sa harapan niya ang isang nilalang na walang kasing-ganda. Isang nilalang na hindi mawari kung babae o lalaki. Nakangiti ito sa kanya pero malungkot ang mga mata.

"Marquiza...ako ang sinasamba ng iyong mga magulang."

Pumikit si Marquiza muli at umiling.

"Imahinasyon lang kita."

Tumawa ang nilalang. Ni boses nito ay hindi niya matiyak kung sa babae ba o sa lalaki.

"Bilang gantimpala sa pagpapasaya mo sa akin ay ibibigay ko sa'yo ang buhay ng isa sa aking mga anak, bilang babae ay pagsisilbihan mo siya, ganoon din siya sa iyo. Simula sa araw na ito ay magkadugtong na ang buhay niyo. Pero hindi kayo kailanman magkakaharap. Mabubuhay ka para sa kanya at ganoon din ang susunod sa iyo."

Matapos ng sinabi nito sa kanya ay bumalik ang malay niya. Nasa maputik na ugat ng puno siya at nakasandal sa katawan ng puno, nasisinagan ng araw ang mukha.

Simula noong araw na 'yon, hindi na uli nagtanong si Marquiza sa ginagawa ng magulang niya.

At simula noong araw na 'yon, mas naging makabuluhan at makulay ang buhay niya.

Marquiza ang dinalang pangalan ng sumunod na henerasyon niya. Iyon ang napiling dalhin ng mga anak at apo niya sa kadahilanang halos lahat ay naging babae ang anak niya.

Sa kabilang banda pinangalagaan ng mga *Merquizalen* ang anak ni Marquiza.

Merquizalen ang dinalang pangalan ng mga anak ni Oyah; ang anak ng diyos na kadugtong ng buhay ni Marquiza.

Unang naging anak ni Oyah si Rahz; Sunny ang pangalan sa modernong panahon. Hawak nito ang araw at tag-tuyot.

Si Ramiel ang sumunod; Rain ang pangalan sa modernong panahon. Ang may hawak sa buwan at tag-ulan.

Tulad ng napagkasunduan, naging maayos ang buhay ng mga anak ni Marquiza at Oyah.

Pero isang araw, naisipan ni Oyah na umalis muna dahil nababagot siya; at nalulungkot.

Tutal may dalawa naman siyang anak na pwede niyang pagkatiwalaang bantayan ang nag-iisang Marquiza, ibinigay niya sa mga ito ang tungkuling protektahan ito.

Nakalimutan niya nga lang matigas ang ulo ng isa sa dalawa niyang anak.

At doon na nga nagsimulang magtagpo ang dalawang Rain.

Rain As In Ulan

RAIN

Sa isip-isip ni Rain, mukhang bibigay ang puno ng niyog na nasa tapat ng building nila; na kanina niya pa tinitignan dahil parang pilit siyang kinakawayan no'n tuwing humahangin ng malakas. Nakatagilid na ang kalahati ng katawan ng puno at mukhang kaunti na lang ay babagsak na.

Sabi naman ng principal ay nakatawag na ng magpuputol sa punong 'yon bago dumating ang bagyo para maiwasan ang aksidente; kaso mukhang nalimutan naman ata.

"May dala kang payong Rain?" tanong ng kaklase niyang si Mia na medyo taranta dahil makulimlim ang langit; malakas at marahas ang hampas ng hangin sa balat nila.

'Kawawa mababagsakan no'n.' ang naisip na lang ni Rain.

"Wala nga e, nalimutan ko din magdala." sagot niya sa kaklase.

Ang nakakatawa pa ngayon, kahit na narinig na ni Rain na may bagyong paparating, kinatamaran niya pa ring magdala ng payong. Nakasanayan niya na rin kasing hindi lumabas tuwing may paparating na bagyo, kapag may pasok siya noong mga nakaraang taon at kailangan niya talagang pumasok sa eskwela, hinahatid siya ng nanay niya.

Kapag naman may dala siyang payong hindi niya rin magamit kahit nakakatusta ang sikat ng araw sa balat.

Isang dahilan na rin na noong bata siya, parati siyang nawawalan ng payong. Tapos syempre, galit na galit sa kanya ang nanay niya tuwing nawawalan siya ng payong.

At saka, hassle rin sa kanya kapag nasiraan siya ng payong dahil sa malakas na hangin. Parang parehas lang din 'yon ng nawalan ng payong. Parehas din basang sisiw ang labas niya kung sakali.

'Hindi naman siguro babagsak 'tong ulan habang naglalakad ako sa gitna ng daan 'no? Teka may kapote ba 'ko sa locker? Pero shit, kapote? Mukha bang

nagkakapote 'tong mga tao dito? At saka may mahihiraman ba 'ko ng payong dito kung sakali?'

"Buti na lang malapit lang 'yung house namin here." Nakangiting sabi ni Kylie; kaklase niya rin na kanina pang kausap ni Mia.

Medyo dinudugo na ang ilong niya sa kakonyohan nito pero ayos lang naman kapag nasanay na ang pandinig niya.

"Kapag umulan mababasa 'yung textbooks natin, nagpa-assignment pa naman silang lahat, kung kailan naman first day of school." himutok pa ni Mia sa kanila.

'Kapag umulan, pasok ko na lang sa loob ng palda 'yung libro.' muntik pa siyang matawa ng malakas sa naisip niya.

Okay naman sana na maiwan nila ang libro nila kasi pwede naman silang mag-research ng sagot, kaso, nag-iinarte ang mga professors nila. Dapat daw matuto silang magbasa ng libro hindi puro copy-paste na lang ang ginagawa nila.

"Tara itumba na natin." tukoy ni Kylie sa professor nila bago tumawa.

'Joker ba 'to o psychopath?'

Na sinagot naman ni Mia ng, "May baril si Papa."

Nangilabot si Rain sa narinig. Lalo na noong nagtawanan ang dalawa niyang kaklase.

Pilit na pilit naman siyang huwag kumunot ang noo at mag-walk-out na lang. Nakisabay na lang siya sa tawa ng dalawa kahit alam niyang mukha siyang tanga.

'Nagkamali ata ako ng piniling samahan ah.'

Hindi naman na nakisali pa si Rain sa usapan ng dalawa, halata namang ayaw din ng dalawa na isama pa siya sa diskusyon. Paano, kanina pa niya sinusubukan makihalubilo pero parang hindi siya naririnig ng mga ito, ayaw niya lang din naman mapag-iwanan dahil halos lahat ata ng kaklase niya ay social butterfly dahil wala siyang nakitang nag-iisa bukod sa kanya.

Pakiramdam niya tuloy ay para siyang protagonist sa isang shoujo manga, ang pinagkaiba lang ay wala siyang love interest at wala siyang nakabanggaan kaninang umaga na prince charming o supladong seatmate na pinagkakaguluhan ng lahat.

May gwapo silang teacher; kaso ang imposible namang magkaroon sila ng something dahil napaka-awkward niyang nilalang.

Matapos ng ilang minutong breaktime ay balik na uli sila sa klase.

Buong oras ng klase ay sinubukan niyang making sa teacher niya sa Ethics, pero nililipad ng malamig na hangin ang sinasabi nito sa kawalan, lumalagpas lang sa tainga niya bawat salita.

Gano'n din naman ang mga kaklase niya, 'yung iba ay nagpipigil na lang huwag humikab. Iyong iba naman ay nagkukunwaring nagsusulat kahit ang totoo ay nag-d-drawing lang talaga.

"Philosophy will not teach you what you want to think; but it will teach you how to think—if you're not afraid of the sunlight…"

'Hindi ata talaga ako papasa sa subject na'to, may phobia pa man din ako sa araw.' isip-isip niya habang iniiwasan magtama ang tingin nila ng Prof niya dahil baka mamaya ay siya ang mapagdiskitahan nitong tanungin. Hindi handa ang dalawa niyang brain cells.

Parang may mute button ang screen sa utak ni Rain dahil wala na talaga siyang naintindihan sa mga sumunod na sinabi nito kahit anong pilit niya; parang hinehele pa sila ng boses nito. Hindi pa nakatulong na ang lamig ng hangin at ang dilim ng langit.

Kaunti na lang ay pipikit na talaga siya.

Ilang minuto pa at naintindihan niya rin ang huli nitong sinasabi habang pinipilit na idilat ang mata…

"Okay, class dismissed."

Halos lahat ay bumuntong-hininga nang marinig ang magic words. Nagising ang iba sa pagmumuni-muni, natigil sa pag-d-drawing ang iba; lahat sila na malapit ng kunin ng antok ay biglang nagising.

"Uwian na?" tanong ng katabi niya sa isa nitong katabi. Hindi niya alam kung ma-o-offend siya o ma-r-relieve dahil hindi siya ang tinanong nito. Pero 'yung katabi kasi ng katabi niya ay mukhang wala sa sarili, kung doon ito nagtanong...

'Mas mukha ba 'kong wala sa sarili?'

Tinignan ni Rain ang pinagtanungan ng katabi niya sa huling pagkakataon. Mukha naman itong humihinga, kaso hindi kumukurap, parang gulat na gulat lang. Kahit anong tapik ng katabi niya ay hindi ito gumagalaw.

Kakawayan niya sana pero mas takot siyang abutan ng ulan kaysa magkaroon ng kaklaseng may stroke.

Hindi na lang niya pinansin ang kaklase niya at inayos na lang ang gamit. *'Kapag inintindi mo pa 'yan, baka abutan ka ng ulan. Hindi mo afford bumili ng golden books uli.'*

Nang mailagay niya ang gamit sa loob ng bag ay nagmamadali siyang umalis ng classroom, binalik sa locker ang slippers na pauso ng school nila na ayaw daw madumihan ang sahig.

Sinuot ang sapatos niya at nagsimulang bumaba ng building.

Nang makalabas ng gating eskwelahan ay lakad-takbo ang ginawa niya para makarating ng terminal kaagad. Pero... "*Shit!*"

Bago pa makarating si Rain sa patutunguhan niya ay naramdaman niya ang maliliit na patak ng tubig mula sa langit.

'Ang swerte ko ngayon ah.'

Luminga-linga siya sa paligid para makahanap ng masisilungan kung sakaling lumakas ang ulan.

Kasabay ng ambon ay ang malamig na hangin kaya napayakap na lang si Rain sa librong dala-dala niya. Naka-long sleeve shirt at vest naman siya pero tumatagos doon ang malamig na hangin. Kung sana pinandigan na rin ng school nila at pinagsuot na rin silang babae ng slacks para hindi sila exposed.

Pero hindi, kailangan daw ma-differentiate ang dalawang sex. At babae siya, kaya palda. Okay sana kaso uso raw ang short skirt at aesthetically pleasing daw sa mata na makitang naka-long socks ang mga babae. Kaya dagdag din sa problema niya na bigla na lang humangin ng malakas at maisipan ng palda niya na tumikwas at ipakita sa madla ang itim niyang cycling shorts.

Lalong humigpit ang yakap ni Rain sa dalang libro.

Inisip niya na lang na 'yon na lang ang lucky charm niya kahit gusto niyang ihagis na lang ang mga 'yon sa daan.

Mabilis ang lakad niya para makahanap ng masisilungan pansamantala.

Hindi pa nakatulong na nababasa ng tubig ang salamin niya kaya mas lalong hirap siyang maghanap. Buti na lang at may nakita siyang maliit na tindahang may bubong sa labas na pwedeng silungan.

Mabilis siyang naglakad papuntang tindahan.

Nakahinga siya ng maluwag nang makasilong.

"Bibili ka ba?"

Napalingon siya sa nagsalita, may matandang babae na nakasilip sa maliit na bintana ng tindahan. "Makikisilong po sana." ngumiti siya ng tipid. Sinusubukan kung makukuha ng mahiyain niyang charm ang approval at simpatsiya nito.

Pero tinaasan siya ng kilay. Hindi tinablan ng charm niya.

Medyo nalungkot si Rain nang maisip 'yon.

'Hindi lahat natutuwa sa dimples.' paalala niya sa sarili at nalungkot na lang. *'Saklap.'*

"Kahit bumaha pa ay hindi ka pwedeng umistambahay dito nang hindi bumibili." masungit na sabi pa nito.

Muntik na rin pumalantik ang kilay ni Rain dito pero nagpigil siya. Inisip niya na lang na matanda ito at mukhang kinulang sa pagmamahal kaya nagsusungit. "Ano po uli?" Tanong niya rito, kahit malinaw naman ang dinig niya sa sinabi nito kanina.

"For customers only lang kako rito."

Nag-*'ah'* na lang siya. At nagtanong kung anong tinda nito.

May mga chichirya at kendi namang nakasabit sa labas pero may malaking paskil na, **"Meryenda Available Here"** tapos wala namang nakalagay kung anong klaseng meryenda.

'May piso pa naman yata ako rito.'

Ngumiti ang tindera, halatang natuwa sa narinig.

Lalong nalungkot si Rain nang maisip niyang wala na siyang ihuhulog sa alkansya niyang ilang taon niya ring sinusubukan punuin. May pera pa naman siya kaso ayaw niya lang gumastos dahil gusto niyang mag-ipon.

"May siomai, siopao at buchi-buchi."

'Lunok laway ka na lang Rain.'

"Magkano naman po ang tig-isa niyang lahat?"

'Wala ka ngang pambili, Rain Piso lang ang mayroon ka at 21st century na ngayon. Hinahagis na lang ang piso.'

"Anim na piso ang siomai, bente ang siopao, itong isang stick ng buchi ay sampung piso."

'Silong lang naman ang gusto ko hindi ang magutom.'

Hindi naman kasi sila kasing yaman tulad ng mga kaklase niya, kung susumahin, kulang pa ang sweldo ng Mommy at Daddy niya kada-buwan kung ipapambayad lang nila ng tuition niya sa school at pang-baon niya buong semester. Nakapasok lang siya dahil sa scholarship at recommendation ng school niya noon.

Ayaw niya pa sana na lumipat ng private kasi alam niyang mahihirapan siyang mag-adjust dahil ilang taon din siyang public, kaso gusto ng Mommy niya. Hindi naman siyang makatanggi kasi gusto rin ng mga teachers niya na makapasok siya. Kapag nag-inarte pa siya, baka mag-away pa sila ng Mommy niya, mas ayaw naman niya ng gano'n. Mas malaki rin daw ang chance na makapasok siya sa magandang university kung makakapasok siya kaya pumayag na siya.

Kung Daddy naman niya ang tatanungin, basta raw kung saan niya gusto.

Kaso nga lang, hindi niya kayang araw-araw makarinig ng sermon sa Mommy niya, so wala talaga siyang choice kung hindi iligtas ang eardrums niya sa posibleng sermon, sana naisipan niya ring iligtas ang bulsa niya sa mga ganitong pagkakataon; kaso wala naman na siyang ililigtas sa bulsa niya dahil wala namang 'yon laman.

"Wala po kayong student discount?"

Ngumiti pa siya. Iyong pinaka-cute niyang ngiti. *'Try lang uli.'*

Ngumiti rin naman sa kanya ang tindera, iyong tipo ng ngiti na nakaka-insulto.

"Kung gusto mo ng discount ay doon ka sa bus stop maghintay ng tindera. Baka may magbigay sa'yo ng discount do'n."

Napa-ismid na lang si Rain, nagpigil na huwag sagutin ito ng pabalang. *'Kalma Rain, negosyante lang 'yan, waterproof ka.'*

"Kung sino pa ang mayaman, sila pa itong kuripot." Parinig nito sa kanya,

Hindi niya na lang ito pinansin, tumalikod na lang siya at tumingin sa pagpatak ng tubig sa espaltong daan. Hindi na rin naman niya narinig ang mga patutsada ng tindera.

Kumapa siya sa bulsa para sana kunin ang cellphone niya, kaso wala siyang nakapang cellphone.

Binuksan niya ang bag at naghanap. Wala!

Kinapa niya ang bulsa niya uli. Wala talaga, bukod sa panyo at balat ng candy.

'Saan ko na naman nilagay 'yun?'

Inalala ni Rain kung anong nangyari buong araw. Buong araw niya lang namang hawak; 'yung phone niya kasi wala naman siyang kausap...maliban na lang kung...

'Naipatong ko ata sa loob ng locker ko.'

Napasimangot na lang si Rain. Lagot siya sa nanay niya kapag hindi siya naka-reply o nakasagot sa tawag nito kung sakali. Mas lalong lagot siya kung naiwala niya ang cellphone niya.

Sinabayan naman ng malakas na ulan ang pangungulila niya sa cellphone niyang taga-sagip sa mga ganitong sitwasyon.

'Kung nasaan ka man, sana ligtas ka.'

Nang lumingon si Rain sa bintana ng tindahan ay wala na 'yung matandang babae.

Pagbalik niya ng tingin sa daan ay may naaninag siyang puting payong. Tila ilaw 'yon sa gitna ng daan. Kung siguro nakakakita pa rin si Rain ng multo, baka inakala niyang lumulutang lang 'yung payong. Nang medyo malapit na ang taong may putting payong ay naaninag niya na ang suot nitong damit.

Hindi niya makita ang mukha ng mga dala ng payong pero litaw naman ang itim nitong t-shirt at pantalon sa liwanag ng bumbilya ng tindahan.

Kinuha niya ang panyo sa bulsa at pinunasan ang salamin niya. Medyo nahirapan pa siya dahil sa bitbit na libro.

Nang mapagtanto niyang papalapit sa tindahan ang taong may puting payong ay tumabi siya ng kaunti sa may pasamano para sumandal. Kung sakali ngang tama ang hinala niyang makikisilong din ito.

Tumitig na lang siya sa sapatos niya na parang iyon ang pinaka-interesting na bagay sa mundo.

Naramdaman niya ang presensya ng taong may puting payong sa tabi niya. At dahil tsismosa siya ay tinignan niya kung sino ang taon 'yun. Akala niya ay babae ang may hawak ng payong dahil may kahabaan ang itim nitong buhok, lagpas ng balikat; *akala lang pala.*

Kitang-kita ang adams apple nito sa side profile.

'Malay mo trans.'

As if on cue ay nilingon siya nito. Ngingiti sana siya kaso kumunot ang noo nito sa kanya.

'Anong problo–'

"May problema ba?" unang tanong nito sa kanya; malalim ang boses at wala namang bahid na inis sa tono ng pananalita nito, mukhang curious lang talaga kung bakit siya nakatingin.

Nag-iwas muna siya ng tingin dito. Napahigpit ang hawak sa libro.

"Ah..." tumingin uli siya sa puwesto nito, sa payong siyang tumingin dahil ayaw niyang salubungin ang tingin ng lalaki. Baka tumakbo na lang siya at magpakabasa sa ilalim ng ulan, hindi niya pa afford magbayad ng ginintuang libro. "Pwedeng pahiram ng payong mo?" ang tanong na lumabas sa bibig niya.

'Lah, kailan ka pa natutong manghiram?' sumbat niya sa sarili. Dalawa lang ang kaibigan niya at sanay siyang mag-isa kaya hindi niya gawain ang manghiram ng gamit ng iba kahit gaano pa siya ka-desperada.

"Ayoko nga." sagot nito.

Masarap sa pandinig ang timbre ng boses ng lalaki. Kaso masakit sa puso ang sinagot nito sa kanya.

'Ang sungit naman nito. Edi 'wag!'

"Ibabalik ko rin naman eh." Kumbinsi niya pa rito. "Iiwan ko sa'yo lahat ng gamit ko, kailangan ko lang makuha 'yung cellphone ko."

"May cellphone din naman ako dito, sino bang kokontakin mo/"

"Si Mommy."

Kumapa naman ang lalaki sa bulsa nito bago inilabas ang cellphone na naroon.

"Hindi ko kabisado number ni Mommy."

Ibinalik nito ang hawak na cellphone sa bulsa at kumunot ang noo sa sinabi niya, halatang dismayado. *"Pambihira."*

"Mukha bang itatakbo ko 'yang payong mo?"

"Hindi naman, baka lang lalo mo lang masira."

'Wow. Hindi nga ako mukhang kidnapper ng payong pero mukha naman akong destroyer ng payong.'

"Ihahatid na lang kita."

Nakangiting nilingon ni Rain ang lalaki. "Talaga?"

"Ayaw mo?"

"Gusto." Amin nito sa kanya. "Tara na!"

Hindi naman na sumagot pa ang lalaki sa kanya at binuksan na lang ang payong na dala nito. Mabilis naman niyang kinuha ang gamit niya at nakisukob.

Ngayong mas malapit na silang dalawa sa isa't isa mas nakikita na ni Rain ang mukha nito. Makapal ang mahabang pilikmata nito, matangos ang ilong at may agaw-pansin na hikaw sa labi.

Tinitignan niya pala 'yun sumasakit na ang labi niya.

'Okay na sana eh, kaso ba't may ganun siya sa labi?'

Natapos ang pagtitig niya rito nang magsalita ito.

"Ako na d'yan." tukoy nito sa dala niyang libro.

"Hindi na, nakakahiya na sa'yo." Tanggi niya, kahit gusto niya talagang i-abot dito ang libro niyang kanina niya pa yakap-yakap. Masakit na ang braso niya pero kailangan niyang tiisin 'yon dahil mukhang mas mahal pa ang piraso ng papel no'n kaysa sa isang kidney niya.

"Hindi ko naman itatakbo 'yan."

"Paano naman ako nakakasigurado?"

"Paano rin ako nakakasiguradong may naiwan ka ngang cellphone sa school niyo at hindi mo ako balak gahasain?"

Natahimik si Rain, bago nanliit ang malabo niyang mata at saglit na tinignan ang katabi. *'Wow. Ikaw?"* Hindi makapaniwalang tanong niya.

"Oo ako nga."

"Ang tikas mo naman."

Hindi alam ni Rain kung gusto niya na lang bumalik sa tindahan para magpatila ng ulan o makipag-date sa lalaking sobrang taas ng tingin sa sarili.

'Balik na lang kaya ako dun?'

"Nagmamagandang loob na nga ako tapos…"

Natawa na lang ito sa narinig. "Ako rin naman ah?"

Napalunok na lang si Rain. *'Huwag mo ngang awayin 'yan, baka mamaya talagang masamang tao 'yan tapos kung ano-ano pang sinasabi mo 'di ka makakapagmakaawa.'*

"Nahihiya lang din ako sa'yo 'no, pinayungan mo na nga ako tapos bibitbitin mo pa 'tong libro ko."

"Wala naman akong ibang dala kaya okay lang." Katwiran nito sa kanya bago itinaas ang libreng kamay nito.

Umiling naman siya uli. "Okay na nga."

"Hindi ko naman itatakbo 'yan kasi 'di naman ako nagbabasa ng libro."

Natawa na lang si Rain ng mahina. "Mukha nga."

"Anong mukha nga?" Tanong nito sa kanya bago siya nilingon at tinignan ng diretso sa mata.

Tumigil sila sa gilid ng kalsada. Lalong lumakas ang ulan kaya umusog si Rain dito ng kaunti para hindi siya mabasa.

"Mukha kasing mas interesado kang mag-gitara kaysa magbasa." *at mag-headbang*, dagdag niya sa isip niya.

Napangiti ng kaunti ang lalaki sa narinig, hindi naman nakaligtas sa malabong paningin ni Rain 'yon.

"Tama ka ng hinala." Simpleng sagot nito sa kanya.

Napangiti na lang din tuloy siya, mas komportable na siya sa presensiya nito nang dahil sa tipid na ngiting 'yon.

'Mukhang maayos na tao pala 'to kapag nakangiti.'

"Anong palang pangalan mo?" Tanong niya rito. *'Kanina pa 'ko daldal ng daldal 'di ko pa alam pangalan niya.'*

"Rain."

Napamaang si Rain sa narinig. "Ha? Tinawag mo ba 'ko?"

'Oh shite, kilala niya 'ko?'

Kumunot naman ang noo ng lalaki sa kanya. "Hindi kita tinawag. Sinagot ko 'yung tanong mo."

"Rain? Rain ang pangalan mo?" Hindi makapaniwalang tanong niya sa lalaki.

"Oo, may problema ka ba sa pangalan ko?"

Umiling naman siya at mahinang natawa na lang.

"Anong nakakatawa?"

"Rain as in *Ulan*?" Tanong niya uli sa lalaki.

Mas lalo naman itong naguluhan. "Oo, Rain ang pangalan ko, as in *Ulan*. May problema ka?"

"Wala. Ba't agagalet?" Natatawang tanong niya rito. "Nice to meet you, *Rain*."

Tukayo; Namesake

RAIN

Ilang porsyento ang posibilidad na may makikilala kang kapangalan mo?

Alam naman ni *Rain*, na hindi imposibleng marami siyang kapangalan sa lahat ng sulok ng mundo. Hindi lang naman ang nanay niya ang malakas ang trip na pangalanan siyang Rain, dahil ipinanganak siya noong tag-ulan. Oo, 'yun lang talaga ang dahilan. Parang 'yung kaklase niya nung Elementary na *May* ang pangalan dahil buwan ng *Mayo* ito ipinanganak.

Kung hindi siguro siya binigyan ng tatay niya ng second name, baka mas lalo lang siyang malungkot dahil maiisip niyang hindi man lang siya binigyan ng unique first name tapos hindi pa siya binigyan ng second name kung sakaling may ka-epilyido rin siya.

Pero kahit na may second name siya, hindi naman niya 'yon laging nagagamit dahil sabi ng tatay niya, ang dapat lang na makaalam no'n ay ang teacher niya at 'yung taong malapit sa kanya.

Para raw *extra special.*

Kaya ayun, naging *Rain Felicity Marquiza David* ang pangalan niya.

Bigla niya tuloy naalala ang pangalan ng tatay niyang: *David David.* Oo, parang jingle na paulit-ulit ang pangalan ng tatay niya.

Ngayon naman, hindi malaman ni Rain kung anong pumasok sa isip niya at tinignan kung may birthmark ito sa braso tulad niya.

'Malay ko ba kung bukod sa pangalan namin, parehas din kami ng birthmark.'

"Anong tinitignan mo d'yan?" Natatawang tanong ng lalaki sa kanya. "Puwet ko?"

Napatingin tuloy siya talaga sa puwet nito ng mga point five seconds.

"Asa! Tinitignan ko lang kung parehas tayong may birthmark sa braso."

'Malay ko ba kung soulmates pala tayo.'

Sasabihin niya sana 'yon kaso, nagbago ang isip niya. Baka kasi mamaya ay mag-assume ito tapos patulan siya.

'Hindi mo siya type.' Paalala niya sa sarili. *'Myghad, Rain!"*

"Bakit? Mapapangasawa mo ba 'yung kaparehas mo ng birthmark sa braso?"

Umiling naman siya bago sumagot. "Curious lang."

Tinaas naman ng lalaki ang kabilang braso at pinakita sa kanya.

"Hala!" Ang nasabi na lang niya nang makitang may birthmark din ito sa braso tulad niya. Hugis bilog din. Itinaas niya rin ang braso niyang may birthmark para makita nito ang kanya.

"Parehas tayo."

Bagot na tinignan siya ng lalaki. "Wow. Oo nga. Amazing." Walang kalatoy-latoy nitong sagot sa kanya.

"Hindi ka man lang na-amaze?"

Mahinang napabuntong-hininga ang lalaki. "May kaibigan kasi akong may kaparehas natin ng birthmark."

"Eh kaparehas mo ng pangalan?" Tanong niya pa uli rito.

"Meron, pero bihira lang din. Bakit?" Tanong nito pabalik sa kanya.

"Rain din name ko."

This time, mukhang interesado na ito. "Oh? Magkaperahas din tayo ng pangalan?'

"Oo. Magkatukayo tayo."

"Anong tukayo?"

Hindi makapaniwalang tinignan niya ang lalaki. "Seryoso ka ba?"

"Ano nga 'yon? Magtatanong ba 'ko sa'yo kung alam ko?"

Nailing na lang siya. "Namesake. Kaparehas mo ng pangalan. Tu. Ka. Yo."

"Ah."

"Ang galing 'di ba?" Ngiting-ngiti pa siya, kaso wala pa ring ka-abog-abog ang reaksyon nito. Parang wala lang. Parang normal lang lahat ng 'yon.

Parang sanay na sanay na itong makakilala ng *Rain* na may kaparehas na birthmark araw-araw.

"Siguro marami kang nakikilalang Rain ang pangalan na kaparehas mo rin ng birthmark, kaya parang wala lang sa'yo 'no?" Usisa niya pa rito.

Umiling naman ang kausap niya bago umusog ng kaunti patabi sa kanya nang may dumaang sasakyan. Medyo madilim na rin at mas lalong lumalabo ang paningin niya dahil sa malabong streetlights ng daan. "Hindi naman, ngayon lang. Medyo masama lang pakiramdam ko kaya hindi ako maka-react ng maayos."

Alalang napatingin siya rito. "Masama pakiramdam mo ngayon?"

Tumango ito. "Naambunan lang kanina kaya medyo nahihilo." Sagot nito bago humawak sa buhok at humagpos doon patalikod. Napaiwas na lang siya ng tingin, hindi alam ni Rain kung bakit ang cool tignan no'n sa paningin niya, siguro kasi ngayon lang siya nakalapit sa isang lalaki na mukhang rakista at mahaba ang buhok.

O sadyang malakas lang ang appeal nito sa kanya, pwedeng epekto lang din ng impluwensiya ng kaibigan niya na mahilig sa long-haired, maraming piercings at mukhang may maraming pinapaiyak; *badboy type.*

"Maligo ka kaagad pag-uwi mo mamaya para hindi ka lagnatin ng malala." Payo niya rito.

"Yes, ma'am."

Hindi naman na siya nagsalita pa uli, ilang hakbang pa at natatanaw na niya ang school niya.

"So..." Panimula ng katabi niyang si Rain bago tumigil sa paglalakad. Napatigil din naman siya at napatingin sa kanan; gate na 'yun ng school niya. Kitang-kita mula sa labas ang malaking building at ang billboard ng artistang endorser.

"Sasama pa ba 'ko sa loob?" Tanong nito sa kanya.

"Oo sumama ka na, alam ko naiwan ko sa locker 'yung phone ko."

Naglakad sila palapit sa main gate, wala 'yung guard at nakabukas pa ng kaunti ang gate.

'Asa'n na kaya si Manong?'

Naglakad siya papuntang gate pero hindi sumunod ang lalaking may hawak ng payong kaya napatigil siya.

"Tara na." Aya niya rito. "Wala naman si Manong, tsaka kasama mo naman ako."

Umiling naman ito. "Ayoko nga. Hindi naman ako estudyante, dito na lang ako sa may shed tapos ikaw na lang humawak nitong payong ko tapos ako na d'yan sa libro mo."

"Akala ko ayaw mong ipahawak sa'kin kasi masisira?"

Mukhang na-realize naman 'yon agad ng lalaki. "Oo nga pala."

Sa totoo lang gusto na niyang bitawan ang libro niya pero tinitiis niya lang dahil nandito naman na siya sa school at late na para hingin ang tulong nga kasama niya. Tsaka wala pa rin siyang tiwala rito, baka mamaya bigla nitong mahulog ang ginintuang libro at maiyak na lang siya sa bayarin.

Kaya ayos nang isakripisyo ang braso niya kaysa isang kidney.

"Tara na kasi, bakit takot na takot kang pumasok 'di naman kita ipapahuli sa guard?"

'Pero kapag ni-recruit mo 'ko sa kulto ipapahuli talaga kita.' Isip-isip niya nang mapansin ang nakabaliktad na krus na kwintas nito.

Kinumbinsi na lang niya ang sarili na baka katulad lang ito ni Black na mahilig sa itim at banda na may bokalistang sinisigaw 'yung lyrics at parang hinugot sa impyerno ang boses.

'Style lang 'yon. Accessory lang siguro.'

Childhood friend niya si Black. Nabibilang lang sa daliri sa kamay kung ilang beses sila magkita kada-taon. Magkaiba rin sila ng school pero malapit naman ang bahay nila sa isa't isa, kaso parehas silang tamad lumabas kaya hindi sila parating nagkikita. Pero kapag lumalabas sila, inaabot sila ng hating-gabi na kung ano-anong pinagtatawanan at pinag-uusapan.

Tulad ng kasama niya ngayon, emo ang trip na trip na style ng kaibigan niya. Mukhang mahilig mag-headbang, electric guitar, tarot cards at big bikes. Marami pang bagay na trip ang kaibigan niya na hindi niya maipaliwanag sa nanay niya (e.g., *badboys, leather jackets, back fetish*) kaya madalas hindi niya rin makwento rito kung anong mga topic ang pinaguusapan nila.

Alinlangang sumunod sa kanya ang lalaki papasok ng school. "Hindi ka ba talaga nabibigatan d'yan sa libro?" Tanong pa nito sa kanya bago tinuro ang yakap niyang libro.

"Nabibigatan." Pag-amin niya.

Nilahad naman ng lalaki ang kamay sa harap niya.

"Ano 'yan?" Tanong niya kahit alam naman na niya ang ibig nitong sabihin.

"Akin na."

"Hindi na. Okay lang talaga." Pagpapakipot niya pa rito kahit gustong-gusto na niyang ibagsak 'yon sa kamay nito.

'Pakipot ka pa konti, Rain.'

"Dali na." Kumbinsi nito sa kanya. "Para kung sakaling sitahin ako ng guard, hawak ko 'yung libro mo tapos may maibabato ako. Sabay takbo."

Inilayo niya ang hawak na libro rito. "Kung ibato ko kaya 'to sa'yo?" Sinamaan niya ng tingin ang lalaki.

"Biro lang. Mukha kasing bibigay na 'yung braso mo."

"Weh?" Tanong niya rito. "Totoo na 'yan?"

Tumango-tango naman ito sa kanya. "Maawa ka naman sa braso mo."

Hindi naman na siya tumanggi pa at inabot na ang libro rito. "Subukan mong ilaglag 'yan lagot ka talaga sa'kin, mas mahal pa 'yan sa dalawa mong kidney at atay."

Nagkunwari namang ilalaglag nito ang hawak na libro kaya napahawak siya sa braso nito. "Ano ba, Rain!" Hiyaw niya rito.

"Joke lang." Natatawang sabi sa kanya. "Magtiwala ka naman sa'kin."

Binitawan naman niya ang braso nito kaagad. "Babaliin ko 'yang payong mo sige." Banta niya pa rito.

"Grabe katakot naman."

"Mas nakakatakot ka." Sagot niya pabalik sa lalaki. Hindi naman na siya sinagot nito.

Naglakad sila hanggang SHS building at sumilong. Ibinaba niya ang bag sa gilid ng hagdanan bago umupo. Nakasunod lang naman ng tingin sa kanya ang kasama niya.

"Kapagod maglakad. Dito muna tayo." Aniya nang hindi ito gumalaw sa kinatatayuan, parang nagdadalawang-isip kung makikiupo o aalis na lang.

Tinanggal niya ang suot na salamin at pinunasan 'yon gamit 'yung *lint free cloth* niya na nasa bag.

Isinarado naman ng kasama niya ang puting payong at nilagay sa umbrella rack na nasa tabi ng poste ng building bago lumakad palapit sa pwesto niya sa may hagdan.

Isinuot naman niya ang salamin at tumingin sa lalaki. Habang naglalakad palapit ay napansin niya ang suot nito, Itim na t-shirt na may tatak na; *YOLO*. Kulay puti ang font. Tapos ripped ang tuhod ng jeans; na sa awa naman ng diyos ay hindi sobrang fitted sa katawan na parang tulad nung kaklase niya nung elementary na halos bumakat ang lahat ng mga bagay na hindi dapat bumabakat, 'yung tipong mapapaisip ka na lang kung may nadaloy pa bang dugo sa katawan ng taong 'yon sa sobrang fit ng suot. Itim din ang suot na sapatos nitong converse.

Umupo ito sa hagdan. Isang baitang na mas mataas kung saan siya nakaupo. Sa kanan ang pwesto para medyo malayo sa kanya. Inilapag sa tabi ang librong hawak kanina. "Naglalakad ka lang hanggang terminal o may sundo ka?" Tanong nito sa kanya, nag-echo ang malalim na boses sa loob ng building.

'Ang gwapo ng boses.'

"Tingin mo kung may sundo ako magpapasama ako sa'yo rito?"

"Point taken."

"Naglalakad lang ako hanggang terminal para mas tipid. Hindi na ako nagpapasundo kay Mommy kasi nasa trabaho pa 'yon ngayon."

Sandali siyang napalingon sa pwesto nito.

"Malapit na mag-seven, konti na lang 'yung pasahero unless special 'yung kukunin mo para makauwi ka ngayon kaagad."

"Okay lang 'yon. Pagtila ng ulan mamaya, dadami rin 'yung pasahero."

"Hindi na safe rito 'pag ganitong oras."

"Paano mo naman nalaman?" Pabirong tanong niya rito.

"Hindi mo ba alam na maraming nakikidnap dito?"

Medyo nangilabot siya sa narinig. Alam niya namang posible dahil private school at mga yayamanin ang estudyante rito kaya hindi na imposibleng may mga ganung *modus operandi.* Pero kung makikidnap man siya, paniguradong hindi nag-research ang kidnapper niya dahil sakto lang ang dinadala niyang pera parati, hindi nga rin siya sigurado kung pwedeng i-harvest ang internal organs niya dahil lagi siyang puyat at hindi rin siya mahilig kumain ng gulay at uminom ng tubig.

"Paano mo naman nalamang maraming nakikidnap dito? Kidnapper ka 'no?" Natatawang tanong niya rito.

"Grabeng akusasyon naman 'yan, Miss Rain."

Saglit silang nagkatinginan bago natawa na.

Pero na-i-imagine niya pa ring kapag naglakad sila palabas ng school mamaya ay bigla na lang may dadaan na puting van at dadanggitin sila na parang isda sa daan tapos dadalhin sila sa isang ilegal laboratory para i-harvest ang internal organs nila at ibenta sa black market.

'Tama na nga, Rain. Baka kaka-imagine mo niyan magkatotoo.'

"Ano na? Natulala ka na d'yan."

Napakurap-kurap na lang siya. "Sorry, ano uli?"

"Ano ng balak mo? Baka lalo tayong abutin ng gabi kaka-imagine mo d'yan ng kung ano-ano. Paano ka uuwi niyan?"

"Kukunin ko lang 'yung phone tapos papatawag na lang ako ng tricycle sa guard. Ikaw? May pupuntahan ka pa ba?"

Tumapik ang paa nito sa hagdan. "Sa studio, malapit lang dun sa may tindahan kaso lumakas 'yung ulan kaya sumilong muna 'ko. Sana lang hindi pa sinarado ni Homer 'yon kasi wala akong susi."

Napatango-tango na lang siya. "Ah…may studio pala dun?"

"Meron, pero 'di lang talaga pansin kasi natatakpan nung katabing building. Alam mo 'yung apartment building na bago?"

Ngayon niya lang naalala na meron nga palang bagong tayong building na malapit sa terminal ng tricycle, kulay pink pa 'yon at may nakapaskil na tarpaulin na, ***"Girls Only!!!"*** With three exclamation points for more intensity siguro tapos meron pang subtitle na, **"Kahit pusong babae, bawal. Pakialam ko sa puso mo."**

"Oo, ang laki nga no'n. Bale, pahatid ka na lang din sa tricycle mamaya, pasensiya na rin pala sa abala."

Tipid namang ngumiti sa kanya ang lalaki. "Okay lang, kawang-gawa rin. Mabuting mamamayan ako ngayon."

"Tunay ba 'yang kawang-gawa o nagandahan ka lang sa'kin?" Tukso niya pa rito.

"Alam mo—saan ba 'yung locker mo nang makauwi ka na?" Pag-iiba nito ng topic.

Natawa na lang siya uli. "Sa fourth floor pa 'yung locker ko."

"Wala kayong lift?"

Natawa na lang siya at napailing. "Lift? Lipad siguro. Pero alam ko meron dapat kaso hindi natuloy kasi pasukan na, next semester siguro."

Kitang-kita naman niya ang pagka-dismaya nito. "Ano ba 'yan."

"Mas safe naman sa hagdan."

"Thank you sa heads up. Hindi naman siguro ako mukhang mapuputulan ng binti sa hagdan niyo 'no?" Tumayo na rin ito.

Natatawang tumayo siya at nagsimulang humakbang paakyat, iniwan na niya ang bag sa may hagdan. Sinabayan naman siya sa paghakbang ng kasama habang dala-dala ang libro niya. "Hindi naman, baka lumawak lang 'yung butas ng jeans mo."

"Okay na 'yon kaysa malaglagan." Natatawang sagot ng lalaki sa kanya. "Hindi erotica genre natin."

Muntik na siyang matisod sa narinig. "Gagi anong erotica? Ano bang genre natin?"

"Horror." Sagot nito sa kanya, mas malalim ang boses bago tumawa. *"Awoo!"*

Malakas ang singhap niya. "Multo ka?"

"Aswang." Seryosong-seryoso ang tono ng boses nitong sumagot sa kanya muntik na siyang makumbinsing hindi ito nagbibiro…o–*'Biro lang 'yon, Rain! Hindi totoo 'yung mga 'yon.'*

"Kaya ba ayaw mong pumasok dito sa loob ng campus kasi may malaking cross sa labas?"

"Oo, tapos kaya ayaw ko rin na ipahiram 'yung payong ko kasi malulusaw ako sa ilalim ng ulan." Seryoso pa ring sagot nito sa kanya kaya napatigil siya sa paghakbang.

Nang mapansin nitong hindi na siya nakasunod ay tinignan siya ng lalaki at tumawa. "Natakot ka? Don't worry kahit aswang ako hindi kita kakainin."

Hindi niya alam kung dapat ba siyang mainsulto sa sinabi nito sa kanya o dapat ba siyang mainis kasi baka may iba pa itong gustong iparating.

"Naniniwala ka sa mga gano'n?" Usisa naman sa kanya nito.

Umiling naman siya at nagsimula uling humakbang. "Hindi ah!" Tanggi niya pilit tinatago ang kaba sa boses niya. "Nanay ko lang kinatatakutan ko 'no."

Syempre hindi totoo 'yon, Matatakutin siya at ayaw man niyang aminin ay hanggang ngayon hindi siya makapagpatay ng ilaw sa sala nila nang hindi nakaripas ng takbo paakyat. Minsan nga kahit alulong lang ng aso, kinakabahan na siya.

Kasalanan ng kaibigan niya kung bakit may trauma siya sa horror at mga horror stories, sa sobrang galing magkwento ng kaibigan niya, hanggang ngayon iniisip niya pa rin kung kailan lilitaw si *Bloody Mary* para kuhanin siya habang naliligo siya sa banyo.

"Oh? Pero anong gagawin mo kung aswang nga ako?"

"Edi isasaksak ko 'yung payong mo sa'yo."

"Tama 'yan tapos itulak mo ako sa ulanan para maging abo ako."

Hindi niya tuloy lalo malaman kung nagbibiro pa rin ba ito o nagbibigay na talaga ng tips kung paano pumatay ng aswang kasi mukhang takot na takot na siya.

"Maiba tayo, *Rain*." Panimula nito ng usapan nang matahimik siya. "Anong itatawag ko sa'yo? Ang weird tawagin kang Rain kasi Rain din ako, so parang tinatawag ko 'yung sarili ko."

'Pwedeng Felicity pero hindi naman tayo close. At wala akong balak makipag-close sa'yo.' Ang gusto niyang isagot.

"Tawagin mo na lang akong *Ramiel*, para hindi tayo mag kalituhan."

"Ramiel." Ulit niya sa pangalan nito. *'Ang ganda ng pangalan, bagay sa kan— Nope. Hindi ka nagagandahan sa kanya Rain! Please hindi ka pwedeng magka-crush sa kanya!'*

"Second name mo ba 'yon?" Tanong niya kay Ramiel.

"Hindi." Tanggi nito. "Pero sabi ni Mom, kapag daw may nakilala akong babae na kapangalan ko, 'yun ang ipatawag ko."

"Babae talaga? Paano kapag lalaki? *Ramon*?" Pigil ang tawa niya nang itanong 'yon.

'Medyo bagay sa kanya 'yon, Ramon. Hahaha. Ramon.'

"Babe." Sagot nito sa kanya bago inipit ang buhok sa likod ng tenga at nag-beautiful eyes sa kanya.

Napamulagat naman si Rain sa narinig. *"Oh so—"*

"Ikaw 'yung tinawag ko."

Natigilan sandali ang utak niya sa narinig. "*Babe?*" Ulit na tanong niya.

"Yes, babe?" Tanong nito pabalik sa kanya, malapad ang ngiti; mapanukso.

"Tinanong kita kung anong itatawag sa'yo kung lalaki 'yung kapangalan mo, hindi harutin ako.." Inirapan niya pa si Ramiel.

Mahina naman itong natawa bago sumagot. "Rain pa rin o P're siguro."

"Bakit sa babae lang 'yung Ramiel?"

"Kasi sabi ni Mom, 'yung unang babae na makikilala ko na kapangalan ko ang makakasama ko habang buhay."

Boyfriend, Slash or Space

RAIN

Sa tanang buhay ni Rain, ngayon lang siya nakakilala ng lalaking masyadong paniwalain at may pagka-Mama's boy ang datingan kahit mukha namang *sata—rakista.* Hindi niya ma-tansiya ang ugali nito kung mabait na palabiro o palabirong mabait na medyo maharot.

Hindi naman siya nakakaramdam na dapat siyang tumakbo, pero kung may balak man itong gumawa ng masama ay naisip na lang niya na, *'Tulak ko na lang sa hagdan.'*

"Naniniwala ka naman sa nanay mo?" Ang tanong na lumabas sa bibig niya kahit ayaw na sana niyang magsalita.

Bawas awkwardness na rin siguro habang magkasama pa sila ngayon ni Ramiel. Nakakailang din kasi para sa kanya na tahimik lang silang dalawa. Nahihiya naman siyang maghintay na lang ng sasabihin nito dahil siya ang unang naglakas-loob na kumausap sa kanilang dalawa.

"Bakit naman hindi?"

Nakarating sila sa pangalawang palapag ng building. Binagalan ni Rain ng kaunti ang paghakbang para hindi siya mapagod kaagad. "Paano kung sabay mong nakilala 'yung dalawang babae na kapangalan mo?"

"Edi tatlo kaming magkasama habang buhay."

'Nako, delikado talaga 'tong lalaking 'to. Andaming Rain sa buong mundo, paano kung lahat 'yun makilala niya ng sabay-sabay?'

"Okay lang sa'yo 'yun? Hindi ba parang may papaboran ka pa ring isa in the end? Parang magkakapatid, may favoritism pa rin kahit sabihing pantay ang pagmamahal ng mga nanay at tatay nila sa kanilang lahat."

Lagi niyang naaalala 'yung kwento sa kanya ng kaibigan niyang si Black tungkol sa insecurities nito sa mga kapatid. Hindi man siya maka-relate dahil wala siyang kapatid, alam niya pa rin 'yung feeling na parang may ka-kompetisyon ka.

Parati rin kasi siyang ikinukumpara ng nanay niya sa mga anak ng officemates nito.

"So hindi ka naniniwala sa pantay na pagmamahal?"

Tumango siya. "Different types of love oo, pero 'yung love na fair? Hindi, lalo na kung romantically."

"Point taken." Nangingiting ani Ramiel.

"Oo. Kasi 'yung isa nga lang na makakasama mo habang buhay, kayong dalawa na nga lang, nag-a-away pa 'di ba? Paano pa kaya kung tatlo kayo? O apat? Rambol kayo araw-araw."

Kumagat si Ramiel sa ibabang labi para magpigil ng tawa. "Sige, assume ko na ring, selosa ka."

"Oo, kaya buti na lang only child ako. Ikaw ba?"

"Hindi ako only child pero hindi naman ako sobrang seloso."

"Nag-aaway kayo parati?" Tanong niya kay Ramiel.

"Parati. Para kaming araw at buwan, natitigil lang 'yung pag-aaway namin pag naulan."

"Ay may schedule? Edi bati kayo pag may bagyo?"

Mahinang natawa si Ramiel. "Oo, 'di niya ko inaaway pag naulan kasi malungkot siya."

Tawa lang ang naisagot niya rito. Akala niya hindi na ito magsasalita nang makarating sila ng third floor pero biglang–"Nagka-boyfriend ka na ba Rain?"

Muntik na siyang masubsob sa hagdan dahil sa tanong nito.

"Ano sa tingin mo?" Nanghahamong tanong niya kay Ramiel.

"Wala." Mabilis na sagot nito. "Mukha trip mo mag-isa sa buhay."

Napamaang na lang si Rain sa narinig. Natigil naman si Ramiel sa paghakbang at tinignan siya Ilang hakbang na mas mataas siya sa lalaki kaya kitang-kita niya na ang mukha nito ngayon nang lingunin niya. "Totoo 'no?" Parang nang-aasar pang tanong nito sa kanya.

'Lakas mang-asar nitong rakistang 'to.'

"May friends ako 'no." In-emphasize niya pa ang 'S' sa Friends para mas dama.

"Friends lang? Hindi boyfriends?"

"Aanhin ko naman 'yun?" Tanong niya bago binalik ang focus sa paghakbang sa hagdan.

Narinig naman niya ang tawa ni Ramiel. "Para may taga-bitbit ka ng libro at taga-payong. Pwede mong kainin kung cannibal ka."

"Watdahel." Natatawang sagot niya rito, hindi niya pa rin nililingon pero mukhang nakasabay na ito sa hakbang niya, halos magkatabi na lang sila ngayon. "Kung gusto ko lang ng taga-bitbit at taga-payong. Sana nag-hire na lang ako ng alalay."

"Pag jowa, libre lang with freebies pa."

"Ang harot mo." Ang nasabi na lang ni Rain. "Hindi ako nadadaan sa ganyang linyahan." Dagdag niya pa bago nilingon si Ramiel na nasa tabi na lang niya ngayon.

Kitang-kita naman niya kung paano ito natigilan.

"Ang obvious ba masyado?" Tanong naman ni Ramiel sa kanya.

"Mukha ka kayang heartbreaker."

"Contrary to popular belief, mukha lang. Pero ako 'yung laging sinasaktan."

Ilang baitang na lang at nasa fourth floor na sila pero naisipan na naman ni Rain na tumigil sa paghakbang para tanungin uli si Ramiel. Ngayon nasa mas mataas na baitang naman ito sa kanya, siya naman ang nasa mas mababa.

Mukhang napansin naman siya ni Ramiel kaya nilingon siya nito at tumingin sa kanya.

"Bakit? Ako nga 'yung laging iniiwan." Natawa pa si Ramiel. "Tunog sadboi, kadiri." Nagkunwari pa itong kinilabutan at napayakap sa sarili.

Mas lalong napansin ngayon ni Rain ang mukha ni Ramiel, parang may eyeliner ang mata nito dahil sa kapal ng pilik-mata, nakakainggit ang tangos ng ilong. Nang bumaba ang tingin niya sa labi nito ay kumirot na naman ang labi niya dahil sa hikaw na naroon.

'Kung ako siguro 'yung naka-lip ring, baka mukha lang akong sumabit sa barb wire ng kapit-bahay namin.'

"Rain, hinay naman po sa pagtitig matutunaw na ako."

Humakbang na lang uli si Rain at hindi na uli pinansin si Ramiel, napahawak na lang siya sa railings.

Nakarating sila sa fourth floor at dumiretso si Rain sa locker na nasa labas ng classroom nila. Agad niyang pinihit ang kombinasyon ng padlock para mabuksan 'yon. Kaso pagbukas niya kahit anong titig at hanap niya roon ay walang lumitaw na cellphone.

Halos baliktarin ni Rain ang lahat ng makita niyang nasa loob ng locker, lab coat, tsinelas, t-shirt, kahit 'yung sanitary kit niyang halos ibuhos niya sa sahig.

"Asaan na 'yon?!"

Tumingin siya kay Ramiel na nakatingin lang din sa kanya, hawak pa rin nito ang ginintuang libro. "Malay ko? Bakit sa akin ka nakatingin?"

"Hindi ko makita 'yung phone ko. Lagot ako nito kay Mommy."

Malakas na binalibag ni Rain pasarado ang pinto ng locker niya. Napapiksi si Ramiel sa lakas ng tunog nang paghampas ng bakal na locker nito.

"May contact details naman siguro 'yung security guard niyo 'di ba?"

"Meron, pero 'di ko alam paano ko ipapaliwanag kay Mommy 'yung nawawalang phone."

"Mas mahihirapan kang ipaliwanag pag hindi ka nakauwi ngayon agad."

Napabuntong-hininga na lang si Rain. "Wala 'yung guard 'di ba?"

"Baka nag-ra-rounds."

Hindi na nagsalita si Rain at mabilis na naglakad sa hagdan para makababa. *'Saan naman mapupunta 'yun? Sa CR?'*

Susubukan niya sanang magpunta sa banyo ng floor nila kung saan ang restroom pero naalala niya 'yung kwento sa kanila nung grade 11 sila, may multo raw sa dulong cubicle. Kaya nagmamadali na lang siyang bumaba ng hagdan. Makikitawag na lang siya sa school telephone para masabihan ang Mommy niya na buhay pa siya.

"Ba't ka nagmamadaling bumaba?" Hingal na tanong ni Ramiel sa kanya.

"Baka nakauwi na si Mommy at magwala 'yun kapag nalaman niyang 'di pa 'ko nakakauwi."

Hingal na nakarating sila ng ground floor.

"Silipin mo na kung nandun na 'yung guard niyo." Turo sa kanya ni Ramiel.

"Bakit ako?"

"Kasi ikaw ang may kailangan."

"Samahan mo kaya ako." Suhestiyon ni Rain.

"Silip lang naman Rain."

Hinawakan naman ni Rain at salamin. "Labo mata ko 'di ko makikita." Palusot niya rito kahit natatakot talaga siya dahil walang ilaw sa guard house.

"Sige na nga." Pagsuko ni Ramiel. "Pambihirang bata 'to."

"Grabe naman maka-batang 'to? Ilang taon ka na ba? One hundred years old?"

"Mga three thousand years old."

"Wow, sana all immortal."

"Pagod na pagod na nga ako, teh,"

Natawa naman si Rain sa itinawag sa kanya ni Ramiel. *'Teh? Na-tehzone naman ako?'*

"Pero kung gusto mo talagang maging imortal, uminom ka ng dugo ng kaaway mo every month."

Lalong lumakas ang tawa ni Rain kahit medyo kinakabahan na siya at gusto niya ng tumakbo dahil hindi ito nakikisabay ng tawa sa kanya.

"Totoo 'yon."

Tumigil naman siya sa pagtawa. "Hindi po me masarap."

Ito naman ang natawa. *"Hmm."*

'Joke lang 'yun Rain. Hindi siya aswang, kalma lang. Rakistang may moodswing lang s'ya.'

Bago pa silang makalakad papunta sa guard house ay may narinig na silang mabibigat na hakbang pababa sa kabilang hagdan ng building. Sa sobrang tahimik ng building ay parang may higanteng papalapit sa pwesto nila.

"Ano 'yun?" Kabadong tanong niya kay Ramiel; kabadong napalinga na lang sa paligid.

"Baka 'yung guard." Kalmadong sagot nito sa kanya.

Nagtago siya sa likuran ni Ramiel. "Baka mumu 'yan."

Natawa na lang si Ramiel sa kanya, nakataas ang kamay sa ulunan ni Rain para sana guluhin ang buhok nito pero pinigilan ang sarili bago pa man lumapat ang kamay dito. Bumalik na lang ang tingin ni Ramiel kung saan nanggagaling ang tunog ng hakbang.

"Iyong guard nga." Banggit niya nang makita ang uniporme ng lalaki na papalapit sa kanila, kunot ang noo. Nakahinga naman ng maluwag si Rain at umalis ng pagtatago.

"Anong ginagawa niyo rito mga bata?" Mahinahong tanong sa kanila ng guard.

Humakbang si Rain at hinarap ang guard na parang pinoprotektahan si Ramiel. "Nawala po kasi 'yung phone ko, kailangan ko pong kontakin si Mommy."

"Susmaryosep." Naiiling na sabi ng guard. "May contact ako ng guardian niyong lahat dito, may telepono din sa office. Sino pala 'yang kasama mo? Hindi siya estudyante rito." Tanong nito habang nakatingin kay Ramiel.

"Ah–"

"*Boyfriend niya po ako.*" Pakilala ni Ramiel.

Umbrella; PAYOng

RAIN

Ang unang naging self-proclaimed boyfriend ni Rain simula noong elementary ay ang kababata niyang si Black. Boy-space-Friend. Wala pa silang muwang no'n, kaya hanggang sa nag-forst year high school ay *'boy friend'* niya ito.

Hanggang sa isang araw, nakahanap si Black ng sariling boyfriend. No space, dikit na dikit.

At natuklasan nito ang bisexuality.

Pero kahit na nagkaroon ito ng jowa; girlfriends at boyfriends. Parati pa rin naman siyang kinakamusta nito. May date rin sila sa bahay kahit minsan feeling niya kabit siya ng kaibigan niya sa sobrang harot nito.

May isang beses pang ginamit siya nito para lang may ma-idahilan sa break-up. Nag-away pa sila dahil do'n at muntik na talagang matapos ang pagkakaibigan nila dahil do'n."

"Anong pinagsasasabi mo d'yan?"

'Kung nahanap ko lang cellphone ko, baka tinawagan ko na si Black ngayon.'

Ngumiti lang si Ramiel at bumulong. "Sakyan mo na lang."

"Ano ka? Jeep? Sinasakyan?" Bulong niya pabalik dito.

Tawa lang naman ang sinagot nito sa kanya.

"Kayo talagang mga bata, mag-d-date na nga lang kayo kung kailan bumabagyo pa." Naiiling na sabi nito bago nagbukas ng payong.

Gusto sana niyang sagutin ito pero baka mas lalong lang itong maghinala at kung saan pa mapunta ang usapan.

Binuksan din ni Ramiel ang payong at umakbay kay Rain. Iniwan na muna nila ang gamit niya sa hagdan para hindi na hassle magbitbit.

'Balian ko kaya 'to ng braso?'

Nakasunod silang maglakad papuntang kabilang building kung nasaan ang office nito.

"Bakit mo sinabing boyfriend kita? At saka huwag mo nga akong akbayan!" Bulong niya rito bago kinurot sa tagiliran si Ramiel kaya napaigtad ito palayo, pero hindi pa rin nito inusog ang hawak na payong palayo sa kanya.

"Aray ko! Mas kapani-paniwala 'yon kaysa sabihin kong nakilala mo lang ako sa tindahan at pinakiusapang maging taga-payong mo. Ano 'yun? Na-hypnotize mo 'ko kaya ako sumunod?" Dahilan nito sa kanya.

"Kahit na! Nagsinungaling ka pa rin! At saka, ikaw kaya 'yung nag-offer na pasukubin ako."

"Kapag hindi ko ginawa 'yon baka maghinala 'yan sa'kin o kaya sa'yo. Kaibigan mo lang naman ako with space."

"Kahina-hinala ka naman talaga! At saka bakit naman ako paghihinalaan?" Anas niya rito.

"Estudyante ako rito and for your information hindi tayo friends."

"Ouch." Napasuklay na lang si Ramiel sa buhok niya at napakagat sa lip ring. "*Ouchie, Rain.*"

Napangiti na lang si Rain sa kadramahan ng kasama niya.

"Ouch, pinakita pa ang deadly dimples niya."

"Inaano ka ba ng dimples ko?" Kunot ang noo niyang tanong dito bago tinakpan ang pisngi na nakaharap dito.

"Masakit sa puso."

"Nako, iba na 'yan." Naiiling na sabi ni Rain. Humawak naman si Ramiel sa dibdib; nagkunwaring nasaktan.

"Promise, ikakamatay ko 'yang dimples mo talaga."

"Wala pa 'kong nabalitaang namatay dahil sa dimples ko." Ngumiti pa siya lalo para ipakita ang dimples. "Pero may nabalitaan na akong namatay dahil may sakit pala sa puso pero ayaw magpa-check kaya baka iba na 'yan."

Napapikit naman si Ramiel at nagkunwaring nasaktan uli. "*Rain, please.*"

"Or imagination lang 'yan, lilipas din."

Hindi naman siya sinagot ni Ramiel.

Gusto niya sanang hampasin si Ramiel kaso baka nagbibilang na ito ng pananakit at baka singilan na siyang tunay.

Nakarating sila sa opisina. Nakasunod ang tingin nilang dalawa sa guard. Umupo naman si Ramiel sa kahoy na upuang katapat ng desk. Nanatili naman nakatayo si Rain dahil ayaw niya namang kumandong dito o makihati sa upuan.

"Anong pangalan mo uli 'nak?" Tanong sa kanya ng guwardiya pagkaupo nito sa upuan na nasa likod ng desk.

"Rain Marquiza David po."

Tumipa ang guard sa keyboard ng computer. "Ito oh. Sandali, isusulat ko." Kumuha ito ng papel at sumulat doo bago inabot kay Rain.

Agad namang inabot ni Rain ang telepono sa tabi ng desk at nag-dial.

Ilang ring pa at sumagot kaagad ang Mommy niya.

"Hello, Mommy?"

"Rain! Saan ka na napunta? Kanina pa ako rito sa bahay. Inabot ka ba ng baha d'yan?" Alalang tanong sa kanya ng nanay niya.

Nakikita-kita na niya ang ekspresyon nito ngayon.

"Opo, nasa school po ako ngayon."

"Sunduin na kita! Gabi na! Sinong kasama mo d'yan? Bakit telephone number ang gamit mo?"

Lumingon si Rain kay Ramiel na komportable pa ring nakaupo sa upuan.

"Huwag na po, Mommy. Papahatid na lang po ako sa tricycle. Pahinga na lang po kayo d'yan at saka po may kasama naman po ako dito–" Natigil siya sa pagsasalita at napaisip sandali kung gusto niya bang sabihin na naiwala niya ang cellphone na kakabili lang sa kanya o mamaya na lang pagkauwi niya.

"Ano–"

"At saka po ano, nawala ko po pala 'yung phone kaya nakitawag po ako sa telepono ng guard's office."

"Dios mio! Kaya ka ba ginabi dahil hinanap mo pa 'yang cellphone na 'yan? Hay nako! Iyan talagang cellphone na 'yan."

"Tsaka po dahil sa ulan."

Dinig naman niyang napahinga ito ng malalim. "Sinong kasama mo ngayon? Kilala ko ba 'yan? Gusto mo ipasundo kita kay Black?"

"Hindi mo kilala 'Mmy, at saka baka nasa labas din po sila Black ngayon baka maka-istorbo pa ako sa kanya. At saka naulan ngayon Mmy, ayaw nun nababasa ng ulan."

"Pero kilala ni Black 'yang kasama mo o hindi rin?"

"Hindi rin po, 'Mmy."

"Lalaki ba 'yan?"

Napalunok na lang si Rain at sandaling tinapunan uli ng tingin si Ramiel. Tinaasan naman siya nito ng kilay at nagtanong ng, "Bakit?"

Ibinaba naman niya ang telepono at tinakpan gamit ang dibdib niya bago nagtanong. "Lalaki ka ba?"

"Hindi." Sarkastikong sagot nito bago pabirong umirap sa kanya.

Ibinalik niya ang telepono sa tenga niya bago sumagot. "Opo raw, 'Mmy."

Muntik na siyang magsisi nang marinig ang mahinang tawa ng nanay niya.

'Sana pala nagsinungaling na lang ako.'

Bukod sa iisa lang ang kaibigan niya; freebie lang 'yung mga kapatid ng kaibigan niyang parang kakambal lang din naman nito dahil halos pare-pareho ng ugali.

Wala pa siyang ibang ipinakilalang lalaki sa nanay niya buong buhay niya; bukod kay Black na hindi naman parati lalaki, minsan kasi mas babae pa ito sa kanya. Noong tumungtong sila ng highschool ay halos araw-araw ata itong nagtatanong sa kanya kung may nanliligaw na sa kanya. Pero inabot na siya ng Senior High ay wala ni-isang nagtangkang lumapit sa kanya.

Paano kasi, bago siya lumipat ng school ay magkaklase sila ni Black. Si Black at ang mahiyain niyang *charms and beauty* ang naging barrier para hindi siya lapitan ng hormonal boys; idamay na rin natin ang pagiging awkward niyang nilalang.

"Papuntahin mo rito, may dala akong take-out."

Kahit hindi nakikita ni Rain ang mukha ng nanay niya, sigurado siyang nakangiti ito ngayon. Siguradong-sigurado rin siyang may balak mamikot ang nanay niya.

Hindi uso rito ang galawang dalagang pilipina.

"May pupuntahan pa po ata siya." Dahilan niya pa rito,

Translation: *Huwag na po, parang awa niyo na.*

"Hindi! Ngayon mo na papuntahin! Taga saan ba 'yan? Taga-Maynila pa?"

"Tanong ko na lang po kung gusto niya."

"Anong pangalan niya?" Usisa pa ng nanay niya. Hindi nakalagpas sa pandinig niya ang pagtinis ng boses nito.

"Mmy, ngayon ko lang siya nakilala."

"Ano ngayon? Anong pangalan para alam ko sinong kakasuhan kapag 'di ka nakauwi."

"Rain po." Putol niya rito. "Rain as in Ulan."

Muntik na siyang mangilabot nang humagikhik ang nanay niya.

"Buong pangalan."

Siya na ang napabuntong-hininga at nilingon uli si Ramiel bago itinanong kung anong pangalan nito. *"Rain Merquizalen."* Sagot nito sa kanya.

"Rain Merquizalen, 'Mmy."

"Okay, okay. Ingat kayo pag-uwi. Love you."

'Anong kami?'

Pero hindi na lang niya 'yon sinabi dahil ayaw niyang mapatagal pa ang usapan nila ng may nakaharap na ibang tao.

"Opo, ba-bye, 'Mmy. Love you too."

Gusto niyang kilabutan sa sinabi niya—hindi dahil hindi niya 'yon gustong sabihin sa nanay niya, kung 'di dahil alam niyang alam ng nanay niya na may ibang nakikinig kaya nagsabi ito ng *'love you'*. Gusto lang talaga ng nanay niyang ipagkalandakan na parehas silang affectionate kahit hindi naman talaga.

Ni hindi niya nga maalala kung kailan siya nito huling niyakap.

Ang affection na alam nitong gawin ay pakainin siya ng marami at pabayaan siyang mapuyat sa sala habang nanonood ng movies kahit may pasok sila kinabukasan.

Pagkababa niya ng telepono ay nilingon niya ang guard na nakatingin lang din sa kanya.

"Tawagan ko na 'yung tricycle na magsusundo sa'yo. Para siguradong makauwi ka na."

Tumango si Rain at tipid na ngumiti rito. "Salamat po."

"Paano 'yang jowa mo pala?" Turo nito kay Ramiel.

'Sa inyo na lang po siya.' Sana ang gusto niyang sabihin.

"Ah..." Nilingon niya si Ramiel. "Sabi ni Mommy sa bahay ka na raw maghapunan."

'Hindi siya sasama, hindi siya sasama.'

Kung titignan ni Rain si Ramiel, alam niyang hindi ito ang tipo ng lalaki na sanay manligaw. Mas mukha nga itong nililigawan at mas mukhang mahilig sa fling kaysa sa seryosohan. 'Yung tipo ng lalaking mahilig tumikim at ang tingin sa mga tao ay isang gourmet at ang mundo ay isang malaking buffet.

Iyong tipo ng lalaki na dapat iniiwasan dahil mahirap sumugal pero hindi maiwasan dahil masyado silang yummy para palagpasin.

Kaya sa loob-loob ni Rain, alam niyang hindi ito papayag na sumama.

Iyon ang akala niya.

Nakangiti itong sumagot ng, "Ayun sakto gutom na 'ko."

'Nak ng pucha.'

"Grabe hindi man lang nag dalawang-isip?"

"Gutom naman na talaga ako eh." Maktol pa nito sa kanya bago humawak sa tiyan.

Cute na sana kaso laging napupunta ang atensyon ni Rain sa lip ring nito.

'Hindi siya cute, nakakatacute siya.'

"Hindi ka man lang nagpakipot kahit konti."

"Easy to get kasi talaga ako. Alipin ng pagkain."

Tumayo na si Ramiel at handa na sana silang umalis ng office nang magsalita ang guard.

"Bakit parang ayaw mong papuntahin itong boyprend mo sa inyo?" Tanong nito kay Rain.

"Eh kasi po–"

"Hindi pa po kasi kami legal." Putol ni Ramiel sa kanya.

"Tama naman hindi pa–wait–ha?" Namilog ang mata ni Rain nang mapagtanto ang sinabi nito.

"Gusto ko na nga pong legal na manligaw pero hindi pa raw po handa si Rain." Malungkot ang tono ng boses nito, medyo nagluluha pa ang mga mata. Kung pwedeng i-nominate na Best Actor of the Year si Ramiel ay malamang kanina niya pa ginawa.

"Gwapo naman ang boyprend mo, bakit ayaw mong ipakilala?"

"Hindi po kasi talaga–"

"Study first daw po." Putol uli sa kanya ni Ramiel.

Bago pa maka-angal si Rain ay umunang lumabas si Ramiel ng opisina.

"Sundan mo na 'yun, nakatawag na ako ng tricycle niyo. Hintay na lang kayo sa may tapat ng gate."

Nagpasalamat na lang siya dito bago lumabas ng opisina.

Nakita na lang niya si Ramiel sa labas na nakapamulsa ang kanang kamay sa pantalon. Nang magtama ang paningin nila ay yumakap ito sa sarili bago madramang tumingin sa kanya. "Ginamit mo lang ako."

Napatampal na lang si Rain sa noo niya. "Hindi ko alam anong tinira mo, pero pucha sige, congrats!" Mahina pa siyang pumalakpak. "I nominate you as Best Actor of the Year."

"Thank you." Nag-bow pa ito sa kanya.

Binuksan ni Ramiel ang payong at sumukob naman si Rain.

"Sure kang hindi ka naka-shabu?" Tanong ni Rain.

"Hindi, pero iba ang nagagawa ng gutom." Nilingon pa siya ni Ramiel. "Tignan mo lalo kang naganda sa paningin ko."

Nag-iwas ng tingin si Rain para itago ang ngiti. *'Ang sagwa ng kilig ko sa katawan! Eww!'*

Siniko na lang niya si Ramiel para makaganti.

"Aray ko!"

"Ang lakas mong mang-trip." Natatawang sabi niya na lang sa lalaki.

"Gutom nga kasi ako okay? Alipin ako ng pagkain."

Pagkabalik nila sa building ay kinuha nila ang bag at libro niya bago dumiretso sa guard house para hintayin ang tinawag na tricycle.

Hawak pa rin ni Ramiel ang libro niya.

Napapahagpos na lang si Rain sa magkabilang braso kapag umiihip ang hangin. Paano kasi, sumisinip na ang lamig sa balat niya dahil mabagal yata magpatakbo ang hinihintay nila tricycle.

"Lamig ba?" Usisa sa kanya ni Ramiel. "Yakap ka sa'kin para 'di ka lamigin." Nakangising untag pa nito sa kanya.

Hindi na lang niya pinansin ang panghaharot nito at nagtanong, "Hindi ka ba nilalamig d'yan? Ikaw ang naka-short sleeves sa'ting dalawa."

Umiling si Ramiel. "Sanay na 'ko. Bakit kasi ang ikli ng palda ng uniform niyo?" Sita pa nito sa palda niya. "Palit nga tayo."

Napabunghalit naman si Rain ng tawa. "Gusto mong magpalit tayo? Ayos lang sa'yo mag-palda?"

"Oo, baka mas bagay pa sa'kin 'yan e." Nag-hair flip pa si Ramiel bago kumindat.

Lalong lumakas ang tawa ni Rain. Hindi niya na talaga maintindihan kung ano ang lalaking katabi niya–kung lalaki ba talaga o sadyang malakas lang ang trip sa buhay.

"Ang weird mo 'no? Hindi ko alam kung ano ka eh…kung malakas lang talaga 'yong tama mo o may saltik ka sa utak."

"Gusto ko lang talaga na nakikita 'yung dimples mo."

Lalo namang ngumiti si Rain. "Crush mo dimples ko?"

"Hindi naman crush. Naaalala ko lang 'yung kapatid kong si Sunny tsaka si Dad. Pare-parehas kasi kayong may dimples. Pag gano'n daw pinanganak na nakangiti e."

"Palangiti nga ako nung bata ako. Tapos nakakakita pa nga daw ako dati ng multo sabi ni Mommy." Kwento naman niya rito.

"Ngayon ba? I mean—malabo na nga pala 'yung mata mo so siguro hindi na."

Pabirong hinampas ni Rain sa braso si Ramiel.

"Pero nakakakita ka pa rin ba—" Pigil ang tawa ni Ramiel nang samaan siya ng tingin ni Rain. "Ng multo."

Umiling naman si Rain bago tumingal sa pulang langit. Inilabas ang kamay sa labas ng bubong ng guard house para saluhin ang patak ng ulan. "Hindi na eh, natatakot daw kasi si Mommy tuwing may kinakausap ako sa bahay. Mas madalas ko pa nga raw kausapin 'yung multo kaysa sa kanila ni Daddy."

Wala na siyang maalala kahit ano na nangyari nung bata siya, bukod sa mga kinukwento ng nanay niya. Iyong ibang memorya niya, naaalala na lang niya kapag nakikita niya sa picture.

"Tapos nung lumabo mata mo hindi ka na nakakakita." Tumango pa si Ramiel. "Okay, gets."

Hahampasin sana uli ni Rain sa braso si Ramiel pero nabasa agad nito ang gagawin niya kaya naka-iwas ito agad.

"Naaksidente ako noon. Tapos ayun, wala na. Sobrang cliche nga eh. Hindi ko na nga din maalala na nakakakita pala ako ng mga ganun dati, kinukwento lang ni Mommy sa'kin. Blessing in disguise rin siguro 'yon kasi nga matatakutin ako ngayon, baka mabaliw ako."

"Pero naisip mo minsan na sana bumalik 'yung ability mong 'yun o hindi na talaga?"

Matagal na napaisip si Rain. Kakaisip niya, hindi na niya namalayang naka-park na ang tricycle na susundo sa kanila sa labas ng gate. "Tara na." Aya niya kay Ramiel.

Hindi na niya namalayang nakahawak na pala siya sa siko nito at hinihila palabas ng gate.

"Ay sorry." Napabitaw siya sa hawak dito.

"Hindi, sige, hawakan mo lang."

Hindi na lang niya ito pinansin at sumakay na lang sa tricycle. Tumabi naman sa kanya sa loob si Ramiel.

Nakita naman nilang kinausap ng guard at tinignan ang plate number ng sinasakyan nilang tricycle bago bumalik sa guard house.

"Ba't dito ka?" Taas ang kilay ni Rain nang magtanong.

"Gusto mo 'kong mabasa sa likod?"

"Bakit takot ka ba sa tubig?"

"Hindi–"

"Edi do'n ka dapat." Mahinang tumapik si Rain sa braso nito.

"Ang sama mo sa'kin."

"Ang sikip kaya dito, doon ka dapat sa likod." Taboy pa ni Rain kaya lalong napasimagot si Ramiel.

"Ako na lang 'yung driver." Kumulbit pa si Ramiel sa driver na walang kamalay-malay

"Kuya, ikaw na lang angkas ko, ayaw daw niya akong katabi."

Natawa naman ito sa kanila. "Aagawan pa ako ng kabuhayan ng mga batang 'to."

"Doon ka na lang sa bubong kung ayaw mo sa likod ni Kuya." Suhestiyon ni Rain.

"Ayaw mo talaga akong katabi? Baba na lang ako."

Mahinang humampas uli si Rain sa braso nito. "Joke lang, ako na nga hawak d'yan sa payong mo."

Pero inilayo nito ang payong na hawak sa kanya. "Hindi pwede."

"May ginto ba 'yan? Bakit ayaw mong ipahawak?"

Tumango si Ramiel. "Meron."

"Weh?"

"Oo nga."

"Bakit may gold?"

"Trip ng ancestors kong lagyan."

Napatitig tuloy siya sa payong nito. Medyo luma na nga 'yon pero may kakintaban pa rin ang gintong hawakan. "Pawnable pala 'yan? Pahawak nga ako 'di pa 'ko nakakahawak ng gold."

"Hindi nga pwede, Rain."

"Eh ano naman 'yang nakasulat d'yan?" Turo niya sa runes na nakapalibot sa handle ng payong.

"Secret."

"Hindi mo alam 'no?"

"Secret nga. Saka ko na lang sasabihin pag close na tayo."

Umusog naman siya papalapit kay Ramiel; pinagdikit ang braso. "Ayan na, close na."

Lumayo naman ito sa kanya. "Luh?"

"Teka bakit kailangan makipag-close eh boyfriend na nga kita?"

Tigil.

Katahimikan.

"Paninindigan ko na ba?" Tanong sa kanya ni Ramiel.

Nagkalat ang apoy sa pisngi ni Rain at mahinang humampas uli sa braso ni Ramiel.

"Ano nga kasing meron sa payong mo?" Tanong niya uli rito.

"Gusto mo ba talagang malaman?"

Tumango siya.

"Sure?"

"Oo nga."

"Pikit ka." Utos nito sa kanya.

"Ayoko nga."

"Okay, edi hindi mo malalaman ang sagot."

Napataas uli ang kilay ni Rain dito. "Bakit kailangan pumikit?"

"Bubuksan natin 'yung third eye mo uli para makita mo 'yung multong nakakulong dito sa payong."

Trip; Tripping

RAIN

Sa dinamirami ng tao sa mundo na pwede niyang makilala, iyon pang malakas ang trip na mukhang rakistang trans. Kung magulo na ang tingin niya kay Ramiel kanina, habang tumatgal na magkausap sila at umuusad ang oras ay mas lalo siyang naguguluhan dito.

"Gutom na gutom ka talaga 'no?"

Tawa lang ang sinagot sa kanya ni Ramiel. "Kaya nga makikikain ak– bakit umaalog?" Puna nito bago napahawak sa bakal ng tricycle na sinasakyan nila.

Bago pa makapagsalita si Rain ay nakasagot na ang driver.

"May aksidente raw sa main road kaya dito na lang tayo sa shortcut dadaan. Kapag naghintay tayo doon mas lalong tataas 'yung baha." Paliwanag sa kanila driver.

Kung kanina kinakabaan si Rain dahil sa pinagsasasabi ni Ramiel, ngayon kinakabahan siya kung makakauwi pa siya ng buhay sa bahay nila.

Nakwento naman ng nanay niya ang shortcut na daan papunta sa subdivision nila. At hindi maganda ang mga kwento nito tungkol doon (e.g., maraming nahuhulog sa kanal).

"Safe po ba rito Kuya?" Tanong niya sa driver.

Na sinagot naman ng driver ng, "Pwede na."

At pakiramdam ni Rain ay lalabas na ng tuluyan ang puso niya sa rib cage. Ready na siyang mangumpisal bago sila mahulog sa imaginary kanal na nasa isip niya.

"Hindi ko alam na trip to Jerusalem pala 'to."

Kunot ang noo ni Rain na tumingin kay Ramiel.

"Ba't namumutla ka?" Alalang tanong ng lalaki sa kanya.

"Ha?"

Lalong kinabahan si Rain nang lalong rumahas ang pag-uga ng tricycle, lumalakas din ang kulog at kidlat kaya napahawak na lang siya sa hawakang bakal na malapit sa kanya.

"Kuya!" Tawag niya sa driver. "Doon na lang po kaya tayo sa main road uli?"

"Nako! Malapit na tayo eh."

"Ayos ka lang ba?" Tanong sa kanya ni Ramiel uli nang mapansin ang pagpikit niya tuwing kumukulog.

Tumango lang naman siya at hindi na nagsalita. Lalo namang rumarahas ang alog ng sasakyan nila habang papalapit sa subdivision.

Para tuloy silang nakasakay sa rides.

Ngayon lang uli humiling si Rain na sana malinaw ang mata niya para makita niya ang dinadaanan nila. Pero malamang kahit na malinaw ang mata niya, wala pa rin siyang makikita dahil sa dilim ng daan.

Tanging ilaw lang ng tricycle at kidlat ang nagbibigay liwanag sa daan. Iyong street lights ay mas malabo pa sa mata niya.

"Takot ka ba sa kulog at kidlat?" Tanong uli sa kanya ng katabi, nakahawak na rin ito sa katabing bakal.

"Hindi." Tanggi niya. "Atapang-atao hindi atakbo."

"Oo, kitang kita ko 'yung tapang mo."

Akala ni Rain, wala ng ilalakas ang alog ng tricycle pero sa kasamaang palad (uli), mali siya. Nang mag-preno ang tricycle ay nauntog si Rain sa hinahawakang bakal.

"Nak ng pucha!" Mura niya bago napasapo sa parte ng ulo na tumama sa bakal.

'Universe! Quota na ako sa kamalasan ngayong araw! Please tama na!'

"Hindi na kita tatanungin kung okay ka lang, halata namang hindi." Ang sabi ni Ramiel, kagat ang labi para pigilan ang pagtawa.

Masamang tumingin si Rain dito. Nag-iwas naman ng tingin si Ramiel para mas maitago na ang pag-ngiti, kaunti na lang ay lalabas na ang tawa niya.

Tinanggal ni Rain ang salamin para hindi makita ang pagmumukha nito; isinabit niya na lang sa collar ng vest ng uniform niya.

Nakakakita naman siya sa malayo; ang problema, hindi niya makita kung anong nasa malapit sa kanya. Kaya problemado siya sa seating arrangement dahil alam niyang ilalagay siya sa unahan dahil naka-salamin siya, matik na 'yun.

Kaso hindi siya makaapela dahil nga kinakain siya ng hiya. Pakiramdam niya wala siyang karapatang mag-demand kaya siya na lang ang nag-a-adjust. At saka, naka-salamin naman siya kapag napasok, wala pa namang sigurong balak mag-suicide 'yon sa kanya dahil nagiisang taon na niyang gamit ay hindi pa ito nahuhulog sa inidoro.

Isa lang sa gusto niya noong nagsimulang lumabo ang paningin niya; mas nagkadahilan siyang huwag pumansin ng mga tao; at may choice siya kung kailan ayaw niyang makita ang mga taon masakit na sa matang tignan habang tumatagal.

Example: *Katabi niya ngayon.*

"Bakit ka nagtanggal ng salamin."

"Para hindi kita makita."

"Nakakaumay na ba?"

"Oo, kailangan ko na ng panghimagas."

Tawa lang uli ang sagot nito sa kanya.

"Malapit na po ba tayo Kuya?" Tanong ni Ramiel sa driver.

"Oo! Konti na lang mga bata makakarating din tayo sa patutunguhan."

'Sa langit po ba o sa bahay namin?' Ang gusto niya sanang itanong pero pinigilan niya ang sarili. Baka kasi sagutin siya nito ng, "Sa langit." At bigla na lang siyang tumalon palabas ng tricycle para mag-shortcut kaysa magkabukol uli.

Malakas pa rin ang kabog ng dibdib niya dahil sa kulog at kidlat.

Bata pa lang siya takot na siya sa kulog at kidlat. Paano kasi parating nag-b-brownout sa bahay nila noon tuwing may bagyo. Sabi pa noon ng nanay niya, may malaking halimaw daw na tumatawa sa langit kaya daw kumukulog at kumikidlat.

S'yempre alam niyang hindi 'yon totoo. Pero nang mabalitaan niyang may namatay na kapitbahay na tinamaan ng kidlat nung bata siya, hindi na lalo nawala ang takot niya.

'Nakakainis! Bakit ngayon pa nagsabay-sabay 'tong kamalasan sa buhay ko? Kung kailan pasukan na? Hindi ba pwedeng postpone muna tapos i-continue na lang sa bakasyon para mas bearable?'

"Sabi ni Mom, kapag daw nauntog lagyan daw ng barya tapos hipan para hindi bumukol."

"Paano ko 'to hihipan? Ang layo ng nguso ko oh."

"May nguso ako." Ani Ramiel bago natawa bago kumapa sa bulsa at naglabas ng limang piso. "Sakto may five pesos pa 'ko, mas effective siguro 'to sa piso."

"Effective ba 'yon?"

Tumango si Ramiel bago inabot sa kanya ang hawak na limang piso. "Lagay mo 'yan kung saan masakit."

Kinuha naman niya ang barya at nilagay 'yon sa tumamang parte ng ulo niya.

"Tapos?" Tanong niya rito.

"Higa ka rito." Tukoy ni Ramiel sa librong nakapatong sa hita nito.

"Hindi ako kasya."

Kumunot ang noo ni Ramiel. "Baka nga kasya ka?"

Natawa na lang siya bago tumagilid at inihiga ulo sa ibabaw ng libro. "Masakit ba 'yang gagawin mo?"

"Hindi. Parang kagat lang ng langgam." Hinawakan ni Ramiel ang barya para hindi malaglag bago idiniin 'yon.

"Aray!--" Napahawak si Rain sa kamay ni Ramiel para iangat 'yon.

Aalis na sana siya sa pagkakahiga pero pinigilan siya ni Ramiel. Halos mangiyak-ngiyak na siya nang idiin uli nito ang barya at hipan 'yon. Ramdam na ramdam niyang uminit ang parteng 'yon nang tanggalin nito ang barya, mabilis siyang umalis at inilayo ang sarili dito.

"Pag ako may bukol pa rin, lagot ka sa'kin." Banta ni Rain sa katabi. "Ipapalunok ko 'tong limang piso sa'yo kapag may bukol pa rin ako."

"Wala 'yan promise."

"Saan tayo liliko?" Tanong ng driver kay Rain.

"D'yan po sa unang malaking gate, tapos kaliwa po. Unang kanto po sa kanan, doon po sa pulang gate."

Ilang sandali pa at tumigil na ang tricycle. "Oh buhay pa tayo." Natatawang ani ng driver.

Isinuot niya muna ang salamin bago nilingon ang katabi. "Baba ka na." Utos niya rito bago lumingon uli sa driver. "Kuya, kuha lang po ako ng bayad sa loob, kulang po 'tong dala ko."

"Ako na." Ani Ramiel bago nag-abot ng one hundred peso bill.

Pipigilan pa sana niya ito pero inabot ng driver ang bayad.

"Keep the change po." Dagdag pa ni Ramiel bago binuksan ang payong at lumabas ng tricycle.

"Tara na." Inilahad pa ng lalaki ang kamay sa kanya.

Hindi naman pinansin iyong ni Rain at bumaba na lang. "Yayamanin ka pala eh."

"Actually, wala na akong pera."

Napamulagat si Rain. "Eh bakit ikaw 'yung nagbayad?"

Nilingon niya ang tricycle para sana pigilan sa pag-andar pero hinawakan siya sa braso ni Ramiel.

Kung kuryente man 'yong naramdaman niyang kumiliti sa paghawak nito sa braso niya o imagination lang; hindi niya alam.

Tinignan niya ang kamay nitong nakaawak sa kanya.

"Ah sorry." Tinaggal nito ang pagkakahawak sa kanya at kinuha na lang bakal ng payong na nakasandal sa balikat.

"Paano ka uuwi ngayon? May pa-keep the change ka pang nalalaman d'yan wala ka na palang pera."

"Papasundo na lang ako kay Ken, may sasakyan naman 'yon."

"Yayamanin nga kayo 'no?"

Hindi naman siya pinansin ni Ramiel at naglakad na lang palapit sa gate ng bahay nila. Binuksan naman ni Rain ang gate nila, mababa lang 'yon halos hanggang balikat lang niya at kitang-kita ang kotse ng nanay niya sa parking space.

Nang makapasok sila ni Rain sa bakuran ay agad na bumukas ang main door, iniluwa no'n ang nanay niyang nakapamewang at mapanuring nakatingin sa kanila ni Ramiel.

Napalunok naman si Rain. "Mommy, si Rain po pala." Pakilala niya sa lalaki nang makalapit sila sa pintuan.

"Rain?"

Tumango-tango siya at napatingin kay Ramiel. Ngumiti naman ito sa nanay niya. "Hello po."

Akala ni Rain ay walang balak papasukin ng nanay si Ramiel dahil tumaas ang kilay nito.

"May gusto ka ba sa anak ko?" Tanong nito kay Ramiel na halos ikatisod ni Rain kahit hindi pa siya nakakahakbang papasok sa loob ng bahay nila.

"Mommy!"

"Bakit? Papayungan ka ba nito kung 'di ka niya type?"

"Mabait lang talaga siya tsaka ako talaga 'yung pumilit sa kanya na pahiramin ako ng payong." Paliwanag niya sa ina.

"Ay gano'n?" Dismayadong tanong ng nanay niya.

Mukhang napansin naman iyon ni Ramiel kaya..."Ang totoo po niyan, gusto ko lang po talaga makikain sa inyo."

Anak

RAIN

"Ay siya sige pasok at makakain na tayo!" Ang nasabi na lang ng nanay ni Rain bago pumasok sa loob ng bahay at iniwang nakatiwangwang ang pinto.

'Anong nangyari?'

"Tara na daw sabi ni Mommy." Aya ni Ramiel sa kanya nang mapansing nakatigil pa rin siya sa tapat ng pintuan.

"Mommy ka d'yan?"

Wala sa listahan ng imagination ni Rain ang reaksyon ng nanay niya kapag nagkaroon siya ng bisitang lalaki na dadalhin sa bahay nila.

Ang alam niya, mala-teleserye ang ganap. Iyong tipong may iyakan pa at melodramatic background music dahil alam niya kung gaano ka-extra sa buhay ang nanay niya. Hindi iyong magpo-pose na parang mayordoma sa pintuan sabay ngiti at parang galak na galak na may dumating na lalaki sa buhay at bahay nila.

"May bago ka ng kapatid." Ngiting-ngiti sagot ni Ramiel sa kanya.

Bigla na naman niyang naalala si Black, iyong kapatid sa ibang matres nitong lalaking kasama niya dahil pareho ang dalawa ng vibe at fashion preferences.

"Gutom na gutom ka talaga 'no?"

"Oo." Amin nito sa kanya. "Ang totoo niyan palaboy talaga ako."

"May palaboy bang amoy fabric conditioner?"

Suminghot pa siya rito, kanina niya pa naaamoy ang fabcon ng t-shirt na suot nito.

"Ako na 'yon."

Napasimangot na lang si Rain sa sagot nito bago diretsong naglakad papasok ng bahay. Sumunod naman sa kanya si Ramiel.

"Rain ikuha mo si Rain ng damit pampalit kasi mukhang basa 'yung damit niya." Tumuro pa ang nanay niya kay Ramiel kaya napatingin siya uli rito.

Halos basa nga ang kaliwang balikat at dibdib nito.

"Kaninong damit Mommy?"

Mahina siyang natawa nang simangutan siya ng ina. "Kay David, alangan namang damit ko? Gusto mo 'yung naiwang daster ng Lola mo."

"Sabi ko nga po, agagalit agad eh."

Inismiran lang siya nito at nilingon si Ramiel na nasa pintuan pa rin dahil nagtatanggal ng sapatos. "Dito ka na mag hapunan ha?"

Nakangiting nilingon naman ni Ramiel ang nanay ni Rain. "Opo."

Umakyat na si Rain ng hagdan papuntang kwarto para makapagpalit ng damit at maikuha si Ramiel ng damit. Binilisan niya na rin ang kilos dahil kinakabahan siya sa mga sasabihin ng nanay niya.

Matapos magpalit ni Rain ay bumaba na siya kaagad at inilagay sa sandalan ng sofa ang kinuhang damit para kay Ramiel.

"Ra–" Hindi na niya naituloy ang sasabihin nang makita niya si Ramiel na nakikipagusap sa nanay niya.

Siguro dahil mas malinaw ang ilaw sa loob ng bahay nila kaya mas nakita niyang maigi ang mukha ng lalaki. Parang kinakawayan siya ng adam's apple nito dahil iyon agad ang napansin niya, pati ang buhok nitong nakatali na ng maayos.

"Oh Rain!" Puna sa kanya ng nanay niya. "Anong tinutunga-tunganga mo r'yan?"

"Wala po 'Mmy, sakit lang ng ulo ko." Humimas pa siya sa parte ng ulo niya na tumama kanina sa bakal ng sinasakyang tricycle. Medyo kumikirot pa 'yon sa sakit.

Alalang lumapit naman sa kanya ang nanay niya at hinawakan ang parte na hinihilot niya. "Bakit ka naman nauntog?"

"Eh kasi doon kami idinaan ng tricycle sa shortcut."

"Ay naku po!" Ani ng nanay ni Rain. "Patingin nga."

"Hayaan mo na, gagaling din 'yan." Hinimas-himas ng nanay niya ang parteng 'yon. "Dapat kasi sumandal ka kay Rain para 'di ka nauntog."

Ramdam na ramdam ni Rain ang pag-akyat ng dugo sa magkabilang pisngi niya, siya na ang nahihiya para sa nanay niya. "Hindi ko po 'yan kilala 'no, pinayungan niya nga lang ako."

"Kaya nga pinapunta ko rito para makilatis."

'Ito talaga nanay ko, akala niya yata extinct na ang mga lalaki sa mundo kung maka-reto siya sa'kin dito kay Ramiel na mukhang nawawalang kapatid ni Black.'

Muntik na siyang matawa sa naisip. Wala namang nawawalang kapatid ang kaibigan niya pero pasadong-pasado talaga ang style nitong si Ramiel sa pamilya nito.

"Paano kung serial killer 'yan o kasapi ng akyat-bahay gang?"

Natawa naman si Ramiel sa narinig. "Grabe talaga 'tong si Rain."

"Anak, alam mo, hindi ka dapat nag-iisip ng ganyan lalo na kung ganyang kagandang nilalang ang nagmalasakit sa'yo."

'Si Mommy talaga ang bilis mahumaling sa magagandang nilalang.'

"Paano pala kung marumi tapos amoy kanal at kamukha ni Lord Farquad?"

Natahimik ang nanay niya bago nilingon si Ramiel. "Oh edi buti pala hindi siya marumi at amoy kanal."

"Hay nako 'Mmy, pag talaga pogi ang bias mo."

Kumurot naman ang nanay niya sa magkabilang pisngi niya, mariin, gigil na gigil. "Manang mana ka sa Daddy mo. Ang galing mangatwiran."

"Sa kanya ang katwiran, sa inyo naman ang kagandahan." Pambobola niya pa rito.

Napahagpos na lang siya sa mukha niya para mabawasan ang sakit no'n sa pagkurot ng nanay niya, sanay naman na siyang kinukurot nito sa pisngi. Simula noon laging doon siya nito pinanggigigilan. Buti na lang hindi lumawlaw ang ang pisngi niya kakapisil.

Hila siya ng nanay niya papuntang kusina. Si Ramiel na feel at home ang naghanda ng mesa.

'Iba pala talaga nagagawa ng gutom.'

Sabay silang umupo ni Ramiel. Umalis naman ang nanay niya at may aayusin lang daw sandali sa kwarto.

"Rain lagyan mo 'yan siya ng kanin." Utos sa kanya ng nanay niya na nagsasandok na ng kanin.

Sumunod naman siya at nakatingin naman si Ramiel sa kanya habang nagsasandok siya ng kanin.

"Huwag kang titig ng titig d'yan." Saway niya rito.

"Natutuwa lang ako sa inyo ng Mommy mo."

Pinagsandok ni Rain ang sarili bagon nilingon uli si Ramiel na nakaupo sa tabi niya.

"Hindi ba kayo close ng Mom mo?"

"Close noon."

Hindi nakalagpas sa pandinig ni Rain ang lungkot sa tono ng boses nito.

Nang umupo ang nanay ni Rain ay ngumiti ito. Tulad niya ay parehas sila na may dimples sa pisngi, pixie cut ang brown na buhok at kasing tangkad lang din niya.

"Anong usapan natin d'yan?" Usisa nito sa kanilang dalawa.

"Nanay po niya." Turo ni Rain kay Ramiel gamit ang hawak na tinidor.

"Ingat naman sa pagturo baka matusok mo 'yan."

"Oh anong meron sa nanay mo?" Tanong naman ng nanay niya kay Ramiel.

"Close po kami nung nandito pa po siya.."

Sandali silang natahimik.

"Kuya ko po 'yung parati niyang kasama bago siya umalis."

Sasabihan sana ni Rain si Ramiel na huwag na ikwento kung hindi ito komportable. Pero tumuloy ito sa pagsasalita, mukhang hindi naman papaawat sa kanya.

"Ngayon po, laging wala si Dad tapos si Kuya minsan ko na lang siya makausap."

"Pero ayos naman kayong mag-aama?" Tanong uli ng nanay ni Rain.

Tumango naman si Ramiel bago kumuha ng fried chicken sa bucket. "Opo, okay naman po kami pero hindi na po tulad dati."

Nagbukas si Rain ng gravy at itinabi 'yon sa plato ni Ramiel.

"Nung araw po na umalis siya, wala po kaming lahat sa tabi niya. Sabi niya kasi okay lang daw po siya no'n, ayaw po sana namin siyang iwan pero kinulit niya kaming lahat."

Napakagat na lang si Rain sa fried chicken para hindi maiyak sa kwento ni Ramiel habang ang nanay naman niya ay nag sandok pa ng kanin para ilagay sa plato ni Ramiel ito kasi ang nasa tabi ng nanay niya. Sa dulo ng table umupo ang nanay niya, nasa kanan si Ramiel habang siya naman ay katabi nito.

"Hayaan mo 'nak, pwede mo na rin akong tawaging Mommy."

"Pwede niyo na po ako ampunin."

Natigil si Rain sa pagsubo ng kanin nang marinig 'yon at napatingin sa nanay niya.

"Ikaw na bahala sa internet at kuryente kung papaampon ka rito ah?" Ang nasabi na lang niya kay Ramiel.

"Okay lang sa'kin." Kibit ang balikat ni Ramiel na sumagot. "Tapos ikaw na sa labahan."

"O 'di kaya, kung sa hinaharap ay magkatuluyan kayo ng anak kong si Rain–"

"Mommy!" Saway niya sa ina.

Natawa naman ang nanay niya. "Bakit? Malay lang naman 'di ba?"

Hindi naman sumagot si Ramiel at tumuloy lang sa pagkain.

"Ito namang anak kong si Rain mahilig din mag-drawing. Pero sabi ko sa kanya gusto ko maging architect siya para ako na sa interior design.

Alam mo naman, walang pera sa art lalo na kapag wala kang connection sa mga nakatataas." Kwento ng nanay niya bago tinuro ang landscape painting na nakasabit sa pader ng kusina nila.

"Si Rain ang nag-paint niyan."

"Wow." Ang nasabi na lang ni Ramiel. "Akalain mo hindi lang pala panghampas 'yang kamay mo?"

"Nakakalat sa buong bahay ang paintings namin, si David naman ang mahilig sa pagsusulat at music kaya marami kaming naka-stock na tapes at instruments na nakalagay bawat sulok ng bahay. Isipin mo interior designer ako pero walang style itong bahay namin? Kaloka."

"Okay nga po eh, ang homey ng bahay niyo."

"Talaga?" Nangingiting tanong ng nanay niya. "Sa July pala uuwi si David, magkakasundo kayo no'n panigurado, mukhang mahilig ka rin sa music eh—teka July nga ba?" Tumingin ang nanay niya kay Rain.

"July po, 'Mmy." Kompirma niya. "Pero 'di pa sure anong araw."

"Talaga po? Pwede akong bumalik?"

"Oo naman!" Mabilis na sagot ng nanay niya.

"Kaso baka po ayaw ni Rain."

"Bakit naman?" Baling na tanong ng nanay niya sa kanya. "Inaway ka ba nito anak?"

Umiling naman siya. "Hindi po, 'Mmy. Ang strange lang s'yempre, kakikilala lang kaya namin ngayong araw."

"Alam mo 'nak kaya iisa lang ang kaibigan mo e." Nilingon uli ng nanay niya si Ramiel. "Kaya isa lang ang bestfriend niyan kasi takot siya sa tao samantalang sabi ko sa kanya ay makisama siya sa iba, pinapayagan ko rin naman siyang mag-boyfriend basta ipapakilala niya muna sa'kin. Lagi kong sinasabi sa kanya na i-enjoy niya ang kabataan niya."

"Nag-iingat lang ako, 'Mmy."

Umismid naman ang nanay niya sa kanya. "Kaya lalo kang matatakot ganyan ka mag-isip."

"So gusto mo ba 'Mmy na tulad ako ni Black?"

"Hindi. Ang gusto kong sabihin ay mag-enjoy ka naman sa buhay."

"Nag-eenjoy naman ako."

Palipat-lipat lang si Ramiel ng tingin sa kanilang dalawa habang tuloy sa pagkain.

"Paano ka magkaka-asawa kung ganyan ka?"

"Kung gusto niya talaga ako, gagawa siya ng paraan para pumayag akong magpakasal sa kanya."

Napabuntong-hininga naman ang nanay niya. "Anak hindi lang dapat isa 'yung nagdedesisyon sa ganyan, dapat dalawa kayo."

"Mommy, eighteen lang ako malayo pa sa ganyang mga bagay 'yung problema ko sa buhay."

"Alam ko, kaya sinasabi ko, mag-boyfriend ka muna." Tumikhim pa ang nanay niya bago tumuro kay Ramiel. "Itong si Rain, pasado na sa'kin."

Nanlaki ang mata nilang dalawa ni Ramiel.

"Ay sandali pala muna, may girlfriend ka ba ngayon Rain?" Tanong ng nanay niya sa lalaki.

Umiling naman ito. "Wala po."

"Nagka-girlfriend?"

"Hindi po girlfriend, one-sided love po."

"Ay ganun? Naka-move-on ka na?"

"Mommy–" Awat niya sa nanay niya.

"Opo. Okay na po, mag *2 hund*–2 years na rin po 'yun."

"Ilang taon ka na ba?"

"23 po."

Patay-malisya na namang ang tingin ng nanay niya sa kanya. Parang sinasabi na; *'Ako na ang bahala sa'yo kung hindi ka magkakajowa, ako ang gagawa ng paraan para magkaroon ka ng asawa.'*

"Ano bang tipo mo sa isang babae?"

Sasagot pa sana si Ramiel pero pinutol na agad ni Rain ang sasabihin nito.

"Mommy, tama na please hindi ko siya type."

"Anong hindi mo type?"

"Ayaw ko po sa naka-itim." Dahilan niya. "Tsaka pareho sila ni Black, quotang-quota na 'ko sa kanila."

"Hay nako 'nak, mukhang mabait naman 'tong batang 'to."

'Mamamatayan yata ako ng katinuan kapag nagtuloy pa 'tong nanay ko sa pagbenta sa'kin.'

Simangot siyang sumagot, "Mommy naman eh, pinakikisamahan lang kayo niyan, baka mamaya napipilitan na lang 'yan sagutin 'yung tanong mo kasi mapilit ka."

"Maganda kung gano'n, ngayon palang alam na niya kung paano ako pakisamahan."

Lalong napasimangot si Rain. "Pwede naman hindi mo na sagutin si Mommy." Payo niya kay Ramiel.

"Okay lang sa'kin."

"Hindi, okay lang naman."

"Anak tunay ba 'yang hikaw mo?" Turo ng nanay ni Rain sa lipring ni Ramiel.

'Anong ibig niyang sabihin dun? Mukha bang hindi tunay 'yun o tinanong niya kung silver 'yun?'

"Opo."

"Hindi masakit 'yan?"

"Hindi naman po."

"Paano kung may hinalikan ka? Hindi ba sasabit 'yan?"

Pinamulahan ng mukha si Rain at Ramiel. "Mommy!" Saway ni Rain uli sa ina.

"Bakit? Curious ako."

Natawa na lang si Ramiel bago napahawak sa magkabilang pisngi. "Hindi ko pa po nasusubukan."

'Sinong niloko nitong lalaking 'to?'

"Sabi ko sa'yo pwedeng huwag sumagot." Mapula pa rin ang pisngi ni Rain dahil sa hiya.

"Bakit kayo namumula? Kayo ah." Tukso pa nito sa kanilang dalawa.

"Kung ano-ano kasing sinasabi mo sa'min Mommy, kita mong inosente kaming dalawa?"

Mahina naman natawa ang nanay niya at nagtuloy na lang sa pagkain.

Akala ni Rain, 'yon na ang huli nitong sasabihin at makakakain na sila ng matiwasay pero…

"Cute ni Rain ko 'no?" Ngiting-ngiting sabi ng nanay niya kay Ramiel.

"Opo, magkamukha nga po kayo, pareho kayong may dimples."

"Ay oo naman! D'yan ko nadali si David."

Napahinga na lang si Rain ng malalim at kumain na lang.

"Parang delikado na rin nga po ako rito kay Rain."

Friends

RAIN

Natapos sila sa pagkain at dahil gusto niyang umiwas sa panunukso ng nanay niya ay siya na ang nagkusang maghugas ng pinggan. Bumalik naman sa panonood ng teleserye ang nanay niya habang nasa banyo naman si Ramiel para maligo.

Naka-focus lang ang atensyon ni Rain sa pinggan nang bigla niyang maalala ang asong si Sherlock.

Wala ng amo si Sherlock—bale, wala sa ngayon dahil mag-i-isang buwan na halos na hindi umuuwi ang amo nito kaya sila na muna ang nagpapakain dito. Hindi naman nangangagat si Sherlock kaya maraming tao ang may gustong umampon kaso ang sabi ng amo nito ay babalik naman daw, pero hanggang ngayon, inabot na ng bagyo ay wala pa rin ang amo ni Sherlock.

Gusto niya sanang ampunin ang aso para hindi siya nalulungkot kapag nasa umaalis ang nanay niya, kaso, ayaw ng nanay niya sa aso o kung anomang hayop. Mahirap daw kasing mag-alaga lalo na't parati naman silang wala sa bahay. Kahit anong dahilan ni Rain na siya ang mag-aalaga ayaw talaga nito.

Nang matapos siyang maghugas ay kinuha niya ang tupperware na nilagyan niya ng kanin at ulam habang kumakain sila kanina.

"Mommy, papakainin ko lang si Sherlock." Paalam niya sa ina.

Eksaktong lumabas naman si Ramiel sa banyo. "Saan po 'yung sampayan?" Ang tanong nito nang malingunan sila.

Mukha na itong normal na mamamayan, kulay green ang t-shirt at plain jogging pants na kulay itim. Nakalugay na ang buhok nito, naka-lip ring pa rin at sumisigaw ang earrings collection sa magkabilang tainga,

'Nakaka-distract talaga 'yung hikaw na 'yun sa labi niya, ang sarap hilahin.'

Nilingon naman ng nanay ni Rain si Ramiel at tumuro. "Doon sa likuran. Ituro mo nga, Rain."

Inilapag ni Rain ang hawak na tupperware sa center table para samahan si Ramiel sa likuran ng bahay. Ayaw niyang nagpupunta doon mag-isa lalo na nung bata pa siya dahil takot siya din siya sa dilim.

Pero kahit ata tumanda siya ay naduduwag pa rin siyang pumunta roon dahil bukod sa madilim na, makipot pa; tapos may maliit pang bintana. No'ng bata siya, akala niya parating may nakasilip doon.

Bakante kasi ang katapat nilang bahay sa likod at bali-balitang may nakatira daw doon dating palaboy at baliw. Tapos nag-aabang lang daw ng magbibigay ng pagkain o 'di kaya namamasok ng bahay kapag wala 'yung may ari.

Hindi niya alam kung totoo 'yon o panakot lang sa kanila para hindi sila lumabas ng bahay.

Pero hanggang ngayon, natatakot pa rin siya kapag siya lang mag-isa sa bahay. Pakiramdam niya parating nakamasid sa kanya.

"Ano 'yung hawak mo kanina?" Tanong sa kanya ni Ramiel.

"Ah, pagkain 'yun ng aso,"

Napatango-tango naman ito. "Akala ko dessert."

Nailing na lang si Rain kahit gusto niya sanang matawa. Mabibigat ang hakbang papunta sa likurang bahay. "Bakit parang kinakabahan ka?" Usisa ni Ramiel kay Rain; medyo natatawa.

Madaling binuksan naman ni Rain ang pinto papunta sa likuran nila at binuksan ang ilaw doon. "Bilisan mo."

Sumunod naman ito sa kanya at mabilis na sinampay ang damit sa sampayan ng walang step ladder.

'Ang tangkad.' Ang naisip na lang niya na parang hindi niya sinukat kanina ang height difference nilang dalawa.

"Alam mo Rain," Ani Ramiel nang matapos itong magsampay. Lumapit sa kanya kaya umatras siya para sana padaanin ito.

"Ano?"Ang tanong niya nang hindi ito uli nagsalita at tumingin lang sa kanya.

'Potek na, nakakainis talaga 'yung hot rule na sinasabi nila. At nakakakinis na habang tinitignan ko siya lalong nababa 'yung self confidence ko. Ba't gan'to 'to makatingin sa'kin? Gusto ba 'ko nito o may masama siyang balak–'

"May tanong ako."

Napakurap si Rain, hinila ang sarili sa reyalidad uli. "Ano?"

"Paano maging friend mo?"

"Ha? Ikaw?" Tumuro pa siyra rito bago mahinang natawa. "Alam mong linyahan ng mga creeps 'yan."

"Totoo ang creepy nga no'n, pero genuine question 'yan promise." Tumaas pa ang kamay ni Ramiel na parang nanunumpa. "Unless ayaw mo ng friends lang tayo–"

"Bakit?" Putol ni Rain na tanong dito.

"Bakit hindi?" Balik na tanong naman nito sa kanya.

"Anong bakit hindi? Kasi sigurado ako kanina nanlalandi ka–" Naitikom ni Rain ang bibig bago nag-iwas ng tingin. "I mean kasi kanina–"

"Ang weird naman kung ang una kong tanong ay kung pwede bang maging prospective husband mo 'di ba?"

Napatingin si Rain uli rito at napatitig. Hindi niya alam kung ilang minuto silang magkatitigan pero halos maiyak na silang dalawa at hindi na alam ni Rain kung aling mata ang titignan dito, kung kanan o kaliwa.

"Mamaya sasabihin mo na-love at first sight ka sa'kin." Ang nasabi na lang ni Rain bago kumurap.

"Ayaw mo ng mabilis kaya friend muna dapat hindi ba?"

"Ah." Kabadong tumawa si Rain, sinabayan ang kalampag ng puso sa rib cage. Kaunti na lang parang sasayaw na siya.

After eighteen years of existance, may isang nilalang na makakaisip na tanungin siya kung pwede ba siyang maging prospective partner in life.

Kailangan niya atang markahan ang kalendaryo niya ngayon para i-commemorate ang araw na 'to at para may makwento siya sa future grandkids niya na may isang beses sa tanang buhay niyang may nabulag dahil sa dimples niya.

"Cute ko talaga, syet."

Pareho silang natawa.

"Ba't ka tumawa akala ko crush mo na 'ko?" Tanong niya kay Ramiel.

"Ang random nung pagkakasabi mo." Natatawang sagot ni sa kanya. "Pero, totoo naman. So…friends?"

"No, tinawanan mo 'ko habang nagbubuhat ako ng sariling bangko. Foul 'yon."

"Sorry na nga. Friends na?"

"No." Sagot niya rito. "May kaibigan naman akong lalaki–well, childhood friend ko siya kaya siguro hindi ako awkward makipagusap sa'yo. At saka…ang weird kaya nung tanong na 'yan kasi wala namang nagsisimula maging friends sa ganyang tanong. At saka umamin kang crush mo 'ko."

"So–"

Tinaas ni Rain ang kamay para pigilan itong magsalita. "Wait ako muna."

Tumango naman si Ramiel.

"Feeling ko kasi niloloko mo lang talaga 'ko—pinagtitripan gano'n?"

"Understandable."

"Heterosexual ka ba?" Biglang tanong ni Rain uli. "Ay wait parang mali 'yo–"

Natawa na lang si Ramiel sa pagkataranta ni Rain. "Okay lang, Rain. Understandable naman kasi nga wala na sa choices ang friendship kung crush na kita ngayon."

"Pero malay mo lumipas din 'yan? Iniisip ko kasi paano kung lumipas 'yan tapos maging friend na lang talaga tingin mo sa'kin tapos in the future ako naman 'yung magka-crush sa'yo, parang ang unfair?" Mabilis ang pagkakasabi ni Rain; parang rap. Hindi inisip kung naintindihan o nakasunod ba ang kausap niya sa sinabi niya.

Sa imagination ni Rain, inuntog na niya ang ulo sa pader para makalimutan ang sinabi niya.

Tinanggal ni Rain ang salamin para mabawasan ang kahihiyan. Napangiti naman si Ramiel at kumagat sa labi; mukhang kinikilig.

"Okay, syet." Inilapag ni Rain ang salamin niya sa ibabaw ng dining table. "Ano bang usapan 'to?"

Naghila siya ng upuan at umupo, ginaya naman siya ni Ramiel at umupo sa katabi niyang upuan.

Natawa naman uli ang lalaki.

Para namang ngayon lang nag-sink-in sa kanya na cute ang tawa nito. "Ano ba 'to." Naiiling na ani Rain sa sarili bago tinampal ang pisngi.

"Hindi ka ba naniniwala sa love at first sight?"

Umiling si Rain. "Hindi."

"Ako, oo."

"Ah, okay." Bagot na sagot niya kay Ramiel,

"Grabe, Rain."

Walang cute sa sinabi ni Ramiel, pero ewan niya ba kung bakit nagiging cute na itong kausap niya sa harapan niya.

Malayo ang ideal type ni Rain kay Ramiel, bata palang siya, gusto na niya ng lalaking tulad niya; nerdy, bookworm at naka-butones lahat ng button sa polo-shirt. Iyong kapareho niya ng style at kasing level ng kagandahan niya.

Natigil si Rain nang maisip si Sherlock at ang iniwan niyang pagkain sa sala. "Wait lang, may papakainin pa pala akong aso."

Tumayo si Rain at madaling nagpunta sa sala para kuhanin ang iniwang pagkain doon.

Seryosong nanonood naman ang nanay niya ng teleserye. Halos titig na titig ito sa telebisyon habang halos magbugbugan na ang bida at kontrabida.

"Isama mo na si Ramiel sa labas baka mapano ka." Ani ng nanay niyang nakatitig pa rin sa pinapanood.

"Hindi na, 'Mmy." Tinapunan niya ng tingin si Ramiel na nakaupo na sa sofa nila.

"Saan po ba 'yung asong pakakainin niya?" Tanong ni Ramiel sa nanay niya.

"D'yan lang naman."

Bumaling si Ramiel ng tingin sa kanya. "Saan 'yung d'yan?"

"Sa kapitbahay." Sagot niya rito bago kinuha ang tupperware at diretsong lumakad palabas ng bahay. Hindi na niya napansing sumunod sa kanya si Ramiel.

"Ba't ka sumunod?"

"Baka mapano ka lang, ang dilim kaya sa street niyo."

Kahit hindi pumayag si Rain ay diretso pa rin ito sa pagsunod at pagpayong sa kanya hanggang sa makarating sila sa katapat na bahay. "Dito lang pala."

Tumalungko si Rain sa tapat ng dog house ni Sherlock para tawagin ang aso. Kumatok siya sa kahoy na pader ng bahay para maramdaman nitong nandoon sila.

Buti na lang nasa labas ng gate ang bahay ni Sherlock kaya hindi na nila kailangang mang-trespass para lang magpakain. Ang problema lang nila ay baka may kumuha rito o pagtripan ng mga dumadaang bata. Hindi pa naman ito nakakarinig.

Nilakasan ni Rain ang katok sa kahoy na bahay ni Sherlock.

Sumilip naman sa kanila ang aso. Lumawit ang dila nang makita si Rain, parang nakangiti, "Hello." Bati niya rito bago humagpos sa ulo.

Nakatayo pa rin naman si Ramiel sa tabi niya para payungan siya. Napatingin naman si Sherlock sa lalaki.

"Hello." Bati ni Ramiel bago kumaway sa aso.

Inilapag ni Rain ang tupperware sa harap ni Sherlock. "Kain ka na."

Hindi gumalaw si Sherlock, nakatitig lang ito kay Ramiel.

"Pabayaan mo 'yang lalaking 'yan, kain ka na." Amo ni Rain dito pero hindi nito tinapunan ng tingin ang pagkain, nakatitig lang ito kay Ramiel.

Napakamot na lang si Ramiel sa ulo bago tumalungko sa tabi ni Rain at humagpos sa ulo ni Sherlock. "Kain ka na."

Lumingon naman si Sherlock kay Rain na parang nanghihingi ng permiso.

"Hindi siya mang-aagaw ng pagkain."

Nang bawiin ni Ramiel ang kamay na nakahawak dito ay saka lang ito kumain.

"Ganyan talaga siya, sinubukan kasi siyang lasunin nung dumadaan dito dati kasi akala nila kakagatin sila ni Sherlock."

Pareho silang nakatingin sa asong maganang kumakain.

"Kaya ba parang takot siya nung nakita niya 'ko?"

"Hindi naman siya takot, tinitignan niya lang kung masama kang tao." Natatawang paliwanag niya kay Ramiel.

"Iniwan lang siya rito? Paano kapag biglang may dumaang sasakyan tapos makaladkad 'tong bahay niya?"

"Iniwan siya d'yan ng amo niya para raw mas madaling mapakain, tsaka hindi kami nagpapadaan ng malalaking sasakyan dito, si Mommy lang 'yung may sasakyan sa street namin."

Napatango-tango naman si Ramiel. "Hindi ba siya giniginaw?"

"Gusto ko nga sana doon siya sa likod ng bahay kasi parang lalakas pa 'tong ulan."

"Hindi ba pwede?"

"Ayaw ni Mommy."

"Paano 'yung tubig niya?"

Tinuro ni Rain ang gripo sa labas ng bahay. "Doon lang kami nakuha, tapos 'yang stainless bowl na nasa baba 'yung lagayan."

Natapos sa pagkain si Sherlock, inusog nito ang tupperware para tumaob. Inabot namn ni Rain 'yon bago tumayo at nilagyan ng tubig ang bowl na nasa baba ng gripo at inilapag uli sa tapat ni Sherlock para makainom ito.

Hinintay na lang nilang matapos itong uminom para makaalis na rin sila.

"Ba-bye." Paalam ni Rain bago humagpos uli rito.

"Bye-bye." Si Ramiel naman ang kumaway dito.

Nang tumalikod sila para sana umalis ay narinig nila ang pagkalampag ng stainless bowl sa espaltong daan. Mabilis silang napalingon.

Nakasunod sa kanila ang asong si Sherlock.

"Hala!" Bulalas ni Rain bago binuhat ang aso. Mabuti na lang at hindi gaano kalaki ang bulas ng aso kaya mabilis niyang naibalik sa bahay nito.

"Basa ka na tuloy. Bakit ka kasi sumunod sa'min?" Hinagpos-hagpos ni Rain ang aso.

"Uwi na lang kaya natin siya?" Suhestiyon ni Ramiel.

"Hindi nga papayag si Mommy."

"Sabihin na lang natin na babalik din natin siya pagtigil ng ulan."

Tattoo

RAIN

Kahit kailan hindi nakita ni Rain na magalit ang nanay niya...as in *magalit ng sobra.* Siguro dahil nasanay siyang nakikitang nag-aaway ang kaibigan niya at ang magulang nito kaya natakot siyang makagalitan ng sarili niyang ina. Sinunod niya lahat ng gusto nito dahil 'yon ang pinakamadaling gawin. Maaga rin siyang pinaalalahanan ng tatay niyang huwag na huwag gagalitin ang nanay niya.

Pero may ilang beses na hindi naman mapigilang magalit ang nanay niya, lalo na kapag kinunsinti siya ng tatay niya na gawin lahat ng gusto niya.

"Mommy?" Tawag ni Rain, nakatiwangwang lang ang pinto at nakatayo silang dalawa ni Ramiel para kung sakaling ayaw talaga nitong pumayag na patuluyin ito sa loob, mas madali silang makakalabas uli.

"Oh?" Lumingon ito sa kanila, diretso ang tingin kay Rain bago bumaba sa hawak niyang si Sherlock.

"Iyan ba 'yun aso ng kapitbahay?" Tanong nito, walang halong inis ang tono ng boses nito kaya nakahinga si Rain nang maluwag.

"Pwede dito muna siya 'Mmy?"

Tumango ang nanay niya. "Sige, huwag mo lang pabayaang magkalat dito sa loob."

Hindi mapigilan ni Rain na ngumiti. "Akala ko magagalit ka, 'Mmy." Ang nasabi na lang ni Rain bago humakbang papasok ng bahay nila.

"Kung galing 'yan sa ibang kalye, magagalit talaga ako. Pero si Sherlock naman 'yan kaya okay lang."

"Paliguan ko muna siya ah?" Paalam niya pa. Parang sinisigurado kung tunay bang ayos lang dito na pinapasok nila ang aso.

"Okay sige, kunin ko 'yung hair dryer ko sa taas para mabilis siyang matuyo."

Dumiretso si Rain sa banyo para paliguan si Sherlock, sa kabutihang palad ay mabait ito at nagpaligo sa kanya ng walang aberya. At nalaman niya ring di pala lalaki si Sherlock, paano kasi hindi niya ito nakitang lumabas ng bahay nito.

Si Ramiel naman ang kumuha ng tuwalya na pampatuyo rito.

"Bakit Sherlock pangalan niya kung babae pala?"

Natawa na lang si Rain. "Ewan ko rin, pero sabi naman nila walang nakakaalam kung babae nga o lalaki si Sherlock Holmes."

Tumango-tango si Ramiel. "Wala din namang kaso kahit Zuraida ang ipangalan sa kanya."

Lumakas ang tawa ni Rain. "Zuraida? Pang aso ba 'yun?"

"Bakit pang-aso rin ba 'yung Sherlock?"

"Hindi, pero kasi ang weird. Zuraida? Parang ang tagal na nung pangalang 'yun ah. Tsaka mukha bang Zuraida 'tong si Sherlock?"

Natatawang umiling si Ramiel. "Bakit mukha ba siyang Sherlock?"

"Ikaw ba mukhang Rain?"

Natawa natawa na lang sila parehas.

Nang makababa ang nanay ni Rain wala itong dalang hairdryer, tuwalya lang.

"Saan 'yung dryer 'Mmy?"

"Hindi ko mahanap."

"Iyong akin na lang."

"Ay oo nga, meron ka nga palang iyo. Bakit ba hinanap ko pa 'yung akin?"

Nailing na lang si Rain. Tuloy ang kuskos niya ng tuwalya kay Sherlock para matuyo ang balahibo nito.

"Sheshe na lang 'yung itawag natin sa kanya." Suhestiyon ni Ramiel na kanina pa palang nag-p-picture sa kanila. Hindi naman pansin 'yon ni Rain dahil wala naman itong flash at mukhang may ka-text lang ito.

"Sheshe, 'di ba dancer sexbomb 'yun?"

"Cheche 'yun alam ko, hindi Sheshe."

"Ay Cheche ba? Eh sino si Sheshe?"

Natawa si Ramiel. "Cheche pa rin pero with braces."

"Ano ba dapat? Locklock o Sherley?"

"Sherlock na nga eh. Okay na 'yun, ang cool kaya."

Mabilis na bumalik ang nanay ni Rain para iabot ang dryer sa kanya. Binuhat naman nito ang aso at lumakad papunta sa pinakamalapit na outlet.

"Tita may charger ba kayo ng ganitong cellphone?" Tanong ni Ramiel sa nanay ni Rain. Pinakita ang itim na touchscreen cellphone.

"Eh, ano bang cellphone 'yan?" Naningkit ang mata ng nanay niya.

Inabot naman nito ang hawak na phone.

"Meron ako niyan, kunin ko lang sandali." Paalam nito bago inabot pabalik kay Ramiel ang phone.

Mabilis namang natuyo ni Rain si Sherlock, pinabayaan niyang mag-ikot ito sa loob ng bahay habang nililigpit ang tuwalya, suklay at dryer.

"Ramiel, paki-sampay naman nito sa likod."

"Bakit ako?"

"Eh kasi ikaw."

Inabot naman nito ang tuwalya sa kamay ni Rain at kinuha 'yon. "Pag ako nikain mumu doon, sumbong keta Mommy." Parang bata nitong sabi.

Natawa na lang siya. Sumunod naman si Sherlock kay Ramiel papuntang likod. "Doon ka sa mama mo, baka kainin ka mumu." Saway nito sa aso.

"Pabayaan mo, mukhang gusto ka niya eh."

"Ganun ba 'yun?"

"Ganun naman talaga 'yung sabi nila."

"Kaya nga ako sumunod sa'yo 'di ba?"

Natahimik si Rain, kumurap bago nag-iwas ng tingin. "Hindi ka naman aso, ano ka ba?" Natatawang sagot niya para maitago ang kaba.

Nang tumingin uli si Rain sa pwesto ni Ramiel, wala na ito roon. Hindi niya na napansing naaglakad na ito papunta sa likuran ng bahay. Bumaba naman ang nanay niyang may dalang charger.

"Asaan si Sherlock?" Tanong ng nanay niya.

"Nakasunod po kay Rain."

Napakunot ang noo ni Rain. *'Bakit hindi ko masabi 'yung Ramiel?'*

"Ang lakas talaga ng appeal ng batang 'yan." Ngiting-ngiting ani ng nanay niya.

"Baka kasi magka-amoy sila."

"Amuyin mo nga kung magka-amoy sila." Turo nito sa pwesto ni Ramiel. Buhat na nito ang aso habang sinasarado ang pintuan.

"Ikaw na lang, 'Mmy."

Lumapit naman ang ina ni Rain kay Ramiel at suminghot.

"Tita kakaligo ko lang po ah!"

"Hindi naman siya amoy aso." Kompirma nito.

Umupo na lang si Rain sa sofa at nanood ng palabas sa TV pero naka-pokus ang pandinig niya sa dalawang nag-uusap sa kusina.

"Yes po."

"Iyan 'yung sabon ni David na gustong-gusto namin ni Rain."

"Ang bango nga po." Sagot ni Ramiel.

"Gusto mo ba? Uwi mo na lang bukas."

Napantig ang tainga ni Rain sa narinig at napatingin sa orasan.

'11PM.'

"May spare pa naman kaming kwarto. Doon ka na lang. Palalagyan ko na lang dito kay Rain ng bedsheet 'yung kama—Rain!" Tawag nito sa kanya.

Nilingon naman niya ito. "Yes, 'Mmy?"

"Latagan mo 'yung kutson sa guestroom, doon matutulog si Rain."

Aapela sana siya. Hindi naman sa ayaw niya talaga dito. Hindi din naman siya nakaramdam ng kahit anong masama sa ilang oras na magkasama sila. Pero nagtataka pa rin siya kung bakit ang bilis naman atang magtiwala ng nanay niya rito kahit sinabi niyang kakakilala pa lang nila sa isa't isa.

Samantalang ito ang pinaka-cautious na tao na kilala niya.

Bigla tuloy niyang naalala 'yung bilin sa kanya ng tatay niya tuwing nagpapaalam ito sa kanya bago umalis para magtrabaho.

'Kapag nakakita ka ng gwapo sa daan, takpan mo 'yung mata ni Mommy mo.'

Naiiling na lang si Rain na umakyat para sundin ang utos ng ina. Hindi niya na narinig ang sinabi ng nanay niya kay Ramiel dahil lumipad na ang utak niya sa pagsariwa ng nakaraan.

Abala si Rain sa paglalatag ng bedsheet ni Ramiel kaya hindi na nito napansing nakatayo na ito sa may pintuan, nakatingin sa ginagawa niya. Saka niya lang ito napansin nang kukuha na siya ng punda at unan sa cabinet.

"Oh bakit ka nand'yan? Iniwan mo si Mommy sa baba? Si Sherlock asaan?"

"Nandun sa may batya pinatulog, sinapinan na lang namin. Kasabay ko umakyat si Tita kasi inaantok na rin daw siya."

Kumunot ang noo ni Rain. "Ba't 'di ko napansin? Tsaka ayos lang siya sa baba? Ayaw mong tabi kayo?"

"Baka kasi kung ano-ano iniisip mo. At saka anong tabi? Baka maipit ko siya pag nagtabi kami, malikot akong matulog."

Hindi na lang sumagot si Rain at tinapos ang paglalagay ng punda. Nang ilapag na niya ang unan sa kama ay nilingon niya si Ramiel na nakaupo na sa upuan na malapit sa pintuan, may hawak na itong libro.

"Pwede ka ng matulog."

Lalabas na sana siya ng kwarto para makapagpahinga na rin nang maingay na isinarado ni Ramiel ang hawak na libro.

Napatigil si Rain at napalingon dito.

"Galit ka sa libro?"

"Hindi pa 'ko makatulog. Hintayin ko pa-ma full charge 'yung phone ko."

Humalukipkip si Rain. "Magbasa ka na lang, 'di naman sasabog 'yung phone mo."

"Matutulog ka na?"

Tumango si Rain bago napahikab. "Wala kang assignment?" Tanong nito sa kanya.

Napamulagat na lang siya sa narinig.

'Bwisit talaga 'to pinaalala pa.'

"Bakit mo pinaalala?" Reklamo niya rito.

"Mukhang suspended naman 'yung klase eh. Braid mo na lang buhok ko para makatulog ako."

"Ano papasok kayong naka-submarine?"

Mahinang napatawa si Rain, "Hindi, bangka lang."

"Grabeng school naman 'yan."

Tumango si Rain para sumang-ayon sinabi nito.

Grabe naman talaga ang school nila. Kanina pa siya nagsimula magsisi sa pag-transfer kahit first day palang. Gusto niya na lang bumalik sa public, pero naiisip niya 'yung mga kaklase niya noon na gustong makapasok sa school niya ngayon dahil maganda raw ang uniform.

Oo, uniform lang ang gusto ng mga ito sa private school. Gusto niya nga sanang ipagmalaki 'yung uniform niya kaso nga lang naalala niyang wala nga pala siyang close friends sa dati niyang school maliban kay Black.

"Braid mo buhok ko." Ulit pa ni Ramiel.

"Hindi ako marunong."

"Seryoso ka?"

Tumango siya rito. "Hindi nga ako marunong. Kahit si Mommy hindi marunong."

'Hindi kasi kami talaga babae.'

"Marunong ako." Ani Ramiel.

"Oh edi ikaw mag-braid sa sarili mo."

Bagot na tinignan siya nito. "Ikaw na lang braid ko."

"Hala, bakit ako?"

Umirap ito sa kanya.

Natatawa nagsalita siya uli. "Ayoko nga, bakit ba gusto mong magpa-braid ng buhok?"

"Maarte ako." Pag-amin nito sa kanya.

"Sige na, turuan mo ako mag-braid."

Napatayo naman si Ramiel, mabilis namang humakbang paatras si Rain. Akala niya'y lalapit ito sa kanya pero lumagpas ito at dumiretso sa kama. Umupo iro doon, humalukipkip din.

"Tumingin ka sa gagawin ko." Seryosong sabi nito sa kanya.

'Uy, grabe ang seryoso.'

"Anong gagawin mo?" Natatawang tanong niya. "Huwag po." Tinaas niya pa ang kamay na parang sumusuko para mas lalong dramatic ang execution ng joke.

'Anong skit 'to.'

Natawa na lang ito at nailing. "Mag-b-braid ako. Tignan mo kung paano."

"Wait lang, slow motion dapat ah, malabo mata ko."

Sinimangutan siya nito. "Nakakangalay 'yon pero okay, mag-aadjust ako para sa'yo."

"Gusto mong ihele na lang kita?"

'Pero hindi ako marunong kumanta, lagot na. I am so unprepared.'

"Ihehele mo 'ko?"

Umiling naman siya. "Nako, baka bangungutin ka pa sa pagkanta ko."

"Hmm."

"Promise," Tinaas niya pa ang kamay na parang nanunumpa.

"Okay, okay. Braid mo na nga lang ako."

"Sleeping pills?"

"Hindi ako umiinom ng gamot."

"Paano kapag may sakit ka?"

"Inaalagaan ako ni Ken-ken o ni Sunny."

"Paano kapag ikaw lang mag-isa?"

Lumamlam ang mata nito pero hindi na lang niya 'yon pinuna pa.

"Lagi naman akong mag-isa." Ang sagot nito.

Hindi na nagtanong pa si Rain at lumapit na lang siya dito.

"Sige na, patingin na paano mag-braid."

"Dito ka sa may likuran ko."

"Ano sasampa ako sa likod mo?"

"Sige, daganan mo 'ko hanggang sa hindi ako makahinga."

Natawa na lang sila pareho.

Sumunod naman si Rain at sumampa sa kama. Nakatalikod pa rin ito sa kanya. Tahimik na pinanood niya ito sa pagtatali.

"Nasundan mo ba?" Tanong nito sa kanya.

"Oo?" Hindi siguradong sagot niya.

"Gawin mo nga."

Alinlangang lumapit si Rain dito at hinagpos ang buhok nito. Medyo basa pa 'yon. "Dapat nagpatuyo ka muna."

"Ayaw ko."

"Mababaliw ka kapag natulog kang basa 'yung buhok."

"Mababaliw sa'yo? Okay."

Hinampas naman ni Rain sa balikat si Ramiel. "Hindi mo 'ko madadaan sa paganyan-ganuan mo ah."

Sinubukan uli ni Rain na itirintas ang buhok nito.

"Saan ba kita dapat idaan?"

"Bilhan mo 'ko bahay."

"Gusto mo pati kotse?"

Tawanan.

"Sandali, kunin ko lang 'yung tuwalya para tuyuin buhok mo."

"Manipis lang naman 'yung buhok ko matutuyo na 'yan kahit hindi mo na tuyuin."

"Kahit na."

Tumayo si Rain at nagbukas ng cabinet para ikuha ito ng tuwalya.

Walang reklamong pinabayaan siya nitong tuyuin ang buhok gamit ang tuwalya. "Kukuha ako ng suklay." Paalam niya rito at iniwang nakapatong ang tuwalya sa ulunan nito.

Mabilis na kinuha ni Rain ang suklay sa kwarto niy at bumalik.

Naabutan naman niyang tinatanggal nito ang hikaw sa tainga.

"Bakit tinatanggal mo?"

"Kailangan." Simpleng sagot nito. "Baka kasi masabit."

Napatango-tango na lang siya at lumapit na lang dito. Tinuloy ang pagtutuyo sa buhok nito.

"Rain?" Tawag nito sa kanya.

"Oh?"

"Minsan ba naisip mo na lang maglaho?"

'Syet mapapa-existential crisis pa ata kami nito.'

Natigil sa pagsuklay si Rain. "As in maglaho na parang bula?"

"Oo as in poof!"

Tinuloy niya ang pagsuklay sa buhok nito. "Oo. Bakit?"

"Kanina…" Panimula nito. Hindi naman si Rain nagsalita at naghintay na lang sa susunod nitong sasabihin. *"Parang gusto ko na lang maglaho."*

"Kanina?" Usisa niya rito, magaan ang hagod ng suklay sa buhok nito. Tuwing may ilang sasabit ay isa-isa niyang tinatanggal para hindi ito masaktan.

"Nung sumilong ako sa tindahan."

"Ah."

"Tapos, bigla kitang napansin na nakatingin sa'kin."

"Eh kasi mukha kang babae."

"Ay akala ko nagwapuhan ka sa'kin."

"More like, nagandahan." Natatawang sagot niya rito.

"Tapos tinanong mo 'ko kung pwedeng hiramin 'yung payong ko." Tuloy nitong kwento.

Napatango si Rain kahit alam na hindi naman siya nito nakikita.

"Ang sungit mo pa."

"Malay ko bang naki—hihingin mo number ko tapos kikidnappin?"

"Delusional ka. Ang hangin mo din 'no? Gandang-ganda ka sa sarili mo—Well, maganda ka naman talaga."

Natigil siya sa pagsuklay at sinimulang alalahanin ang turo nito kanina. "Ikaw ba hindi nagagandahan sa sarili mo/"

"Hindi." Mabilis niyang sagot.

"Maganda ka."

Napatigil si Rain ngumiti pero hindi kinaya.

"Thank you." Nakangiting sagot niya.

"Pero mas maganda pa rin ako sa'yo." Bawi nito.

'Hindi uso pa-humble dito ah.'

"Maganda ka naman talaga."

Tumigil si Rain sa pagtatali dahil parang nagulo niya lang lalo ang buhok nito. "Pinapalaki mo ego ko masyado."

"Oo, para sumabog ka na talaga."

"Ang brutal naman."

"Parang mali na 'tong ginagawa ko."

Kinapa ni Ramiel ang ulunan. "Ulitin mo na lang uli."

Ginulo uli ni Rain ang buhok nito. Sinuklay uli.

"Suklayan mo na nga lang ako."

Napamaang si Rain. "Ginawa mo pa talaga akong nanay mo?"

"Hindi sister?"

"Euck." Ang nasagot niya kaya natawa na lang ito.

'Ano ka ba talaga, Ramiel?'

Nawala na ang antok sa sistema ni Rain. Nalipat na ata kay Ramiel dahil papikit-pikit na ito habang sinusuklayan niya. "Napapayuko na ito ng sobra at biglang napapatunghay na lang; nilalabanan ang antok.

Samantalang humihina naman ang pagpatak ng ulan sa labas. Malamig pa rin ang simoy ng hangin na sumisinip sa pagitan ng maliit na siwang ng bintana.

"Tulog na."

Tuluyang natigil si Rain sa pagsuklay dito.

"Marunong ka bang magmasahe ng palad?"

Mahina siyang tinampal ang kamay ni Ramiel nang ilahad ang kamay sa kanya. "Hindi spa itong bahay namin, Mamser."

"Hindi ako makakatulog ng mahimbing kapag hindi pinisil palad ko." Dahilan pa nito.

"Ang arte mo." Inis na sabi ni Rain pero pumisil sa kamay nito. "Bayaran mo 'ko para naman hindi sayang talent ko."

Humiga na si Ramiel sa kama. Umupo naman siya sa tabi nito at nagsimulang pisilin ang kamay nito. Pansin niyang makapag ang daliri ng dulo nito, kapareho ng sa tatay niya.

'Gitarista nga.'

"Okay sige, sabihin mo lang kung magkano, pababayaran ko na kay Kenley."

"Uy grabe, sige calculate ko muna."

"Okay…" Huminga ito ng malalim. "...sige."

Tinignan niya kung tuluyan na itong nakatulog.

Malalim na ang paghinga at nakaawang na ang bibig pero nagdilat uli ito ng mata at tumingin sa kanya.

"Antok ka na."

Ngumiti naman ito at tumango. "Teka, Rain."

Hindi niya na napansin na ito na ang nakahawak sa kamay niya at ito na ang pumipisil doon ngayon. "Ano?"

"Rain." Ulit nito.

Natawa na lang siya at sinubukang hilahin ang kamay niya sa pagkakahawak nito pero humigpit ang hawak ni Ramiel sa kanya.

"Rain, iiwan mo na naman ako."

'Anong sinasabi nito?'

"Alam mo ang kulit mo. Matulog ka na."

"Hawakan mo lang kamay ko."

"Ikaw kaya 'yung may hawak ng kamay ko."

"Ay." Bumitaw ito sa kanya at napahikab.

Natatawang hinawakan niya ang kamay nito. "Oh ayan po, 'Lo. Ano pong huli ninyong habilin?"

"Sana...masaya ka ngayon."

"Oo naman–"

"Aeternum videtur diu." Panimulang kanta nito. *"Sed nihil videtur diu."* Tuloy ang pagkanta nito kahit nakapikit.

Malambing sa pandinig ni Rain ang boses, mainit ang kamay ng hawakan niya ito. Napatitig na lang siya dito at nakinig.

"Quando tecum sum, sentio sicut in aquis specto,

Ex die qua rogavi patrem tuum

Dimittere filiam suam."

Hindi alam ni Rain kung bakit parang naluluha siya sa pagkanta nito kahit hindi naman siya maka-relate sa lyrics, ayaw niya namang mag-assume na para sa kanya ang kantang 'yon, malay niya ba kung iba ang nakikita nito dahil sa antok. At saka hindi naman niya maintindihan ang lyrics.

"Da igitur mihi benedictionem tuam, domine."

Ngumiti si Ramiel, pumisil-pisil na lang siya sa kamay nito at inisip na lang na pasyente niya ito at hindi isang estrangherong kanina niya lang nakilala.

"Dabo ei omnia quae habeo,

Non multum similis

Sed certe multum sentit."

'Kung siguro bawasan ng konti 'yung kagwapuhan nito, maniniwala akong may gusto talaga 'to sa'kin.'

"Tolle cor meum et tolle manum meam".

Nahigit ni Rain ang paghinga. *'Hindi marupok'*, ulit niya sa sarili. Tumingin na lang siya sa kamay nito.

"Tolle cor meum et tolle manum meam".

Accipe cor meum et sume manum meam iterum atque iterum

Ius quo stamus."

Tumigil ito sa pagkanta, dumilat at tumingin sa kanya. Sa kamay nilang magkahawak.

"Nunquam vere scio quid sit amor,

Sed quicquid est, in tuo osculo sentio."

Magkatitigan silang dalawa.

Ang puso ni Rain, parang tumakbo ng marathon kahit wala naman siyang ginawa kung hindi ang hawakan ang kamay ng lalaking kanina niya lang nakilala,

Ang pisngi niya, parang sinisilaban.

"Similiter quis cogitavit omnia;

Quo iure pertinent sentio

Genua mea infirma

Cor meum validum est."

'Marupokpok ang puso mo Rain kapag bumigay ka d'yan.'

Tanging paghinga na lang ng malalim ang ginawa ni Rain.

"Inaantok na talaga ako."

"Tulog ka na."

Ilang minuto pa at lumalim na ang paghinga nito, lumuwag ang hawak sa kamay niya at tuluyan ng kinain ng antok.

"Goodnight." Bulong niya bago inilapag ang kamay nito.

Maingat ang galaw niya sa paglagay ng kumot dito. Dahan-dahan ang hakbang niya paalis ng kwarto. Hindi na niya isinarado ang pinto.

Nang makaalis si Rain ay hindi na niya napansin ang paglitaw ng tattoo sa daliri niya. Parang wristband iyon na kulay asul na liwanag na umiilaw habang nabubuo paikot sa palasingsingan ng kanang kamay niya, sa gitna noon ay may naka-ukit na pangalan; *Ramiel.*

Fever Dream

RAIN

Nang gabing 'yon nanaginip si Rain.

Sa panaginip niya, andoon si Ramiel, bata pa sila pareho. Sampung taon o mas bata pa kung tatansiyahin niya base sa itsura ni Ramiel.

Kulot ang itim na buhok nito at kulay pinaghalong dagat at kayumanggi ang mata.

Magkatabi silang naglalakad habang magkahawak ang kamay sa tabi ng dagat, idagdag pa sa romantic atmosphere ang sunset. Kumikislap-kislap ang tubig sa dagat kaya parang kumikislap din ang balat nilang dalawa.

Ilang sandali pa at naglaho ang dagat, nawala rin si Ramiel sa tabi niya.

Dumilim ang paligid at tangin maliit na apoy na galing sa gasera lamang ang nagbibigay liwanag sa batang bersyon ni Rain.

Hindi tulad ng unang panaginip, nakikita ni Rain ang kabuoan ng batang sarili sa harapan niya.

Umiiyak ang bata, nakataklob ang kamay sa mukha at yumuyugyog ang balikat. Naririnig ang paghikbi kahit pinipigilan.

"Bakit ka umiiyak?" Hindi mapigilang tanong ni Rain.

Tumunghay ang bata sa kanya, suminghot bago pinunasan ng palad ang pisngi. Nangingintab ang mga matang sinalubong ang tingin niya.

"S-sino ka?" Namimilog ang mga matang tanong nito sa kanya.

"Ako si Rain." Pakilala niya rito.

"U-ulan ang ngalan ko."

Tipid siyang napangiti. "Bakit ka umiiyak Ulan?"

"Aalis na kasi si Rami." Namuo na naman ang luha sa mata nito. "Ayaw ko siyang umalis.

"Bakit? Saan ba siya pupunta?" Usisa pa niya sa bata.

Pero bago pa ito makasagot ay nagbago na naman ang paligid.

Siya, si Ramiel at Black ang nasa tabing dagat. Lahat sil nakasuot ng tradisyunal na damit.

Gusto niyang matawa nang makitang nakabarong ang kaibigan si Black, may dala pa itong gitara. Ang pinagkaiba nga lang, naka-pomada ito at Jose Rizal ang hairstyle. Ganoon din si Ramiel pero mahaba ang itim na buhok nitong nakalugay.

"Kung nais mong hindin ang kamay ng kaibigan ko ay dadaan ka muna sa akin." Si Black ang nagsalita habang nakatingin kay Ramiel.

"Kung gayon ay humimlay ka sa lupa at ika'y aking lalakaran."

Napabunghalit si Rain ng tawa sa narinig.

'Bwisit, kahit panahon ng hapon ibang klase 'yung linyahan nitong lalaking 'to.'

Kaso hindi natawa si Black.

Napamaang na lang siya nang biglang sinapak nito si Ramiel kaya napabagsak sa lupa.

"Huwag kang pilosopo." Angil ng kaibigan niyang si Black.

Tangkang tutulungan niya sanang tumayo si Ramiel pero biglang pumatak ang malalaking tubig mula sa langit sinabayan pa ng kulog at kidlat.

Tulad ng una at pangalawa, bago makapagsalita si Rain ay nagbago uli ang sa paligid niya.

Sinong dalawa ulu ni Ramiel, nasa isang bangka. May isang lalaking naka-itim na roba ang nagsasagwan sa itim na ilog. Parang nagliliyab na apoy ang langit dahil sa pinahalong dilaw at pula.

"Anong—"

"Pasensiya na Esme." Malungkot na ani Ramiel.

'Esme?'

Hinawakan ni Ramiel ang kamay niya, namilog naman ang mata niya nang makitang kulubot 'yon, parang balat at ugat na lang ang naroon. Samantalong halos wala pa sa trenta ang itsura ni Ramiel.

"Magkikita ulit tayo ah?"

Naramdaman ni Rain na tumango siya.

Tumigil ang bangka sa tapat ng isang kweba May liwanag na nagmumula roon.

Palaki ng palaki ang liwanag hanggang sa nilamon nito ang buong paligid.

Mas nakakagulat na scenario ang sumunod sa panaginip ni Rain.

Silang dalawa ni Ramiel, sa ilalim ng isang puno, magkaharap sa isa't isa. Para silang naglalaro ng kasal-kasalan dahil may pari sa harap nilang dalawa. Samantalang nakasuot siya ng bestidang puti at nakabarong naman si Ramiel.

"Ikaw ba, Bernadette—"

Naputol ang pari sa pagsasalita ng may marinig na malakas na putok ng baril. Umugong ang pandinig ni Rain, nag-init ang dibdib, nang bumaba ang tingin niya sa sarili ay nakita niyang may malapot na kulay pulang likido sa dibdib niya na kumakalat sa puting bestidang suot niya.

Umakyat sa lalamunan niya ang takot. Pero imbis na impit na tili ang lumabas doon nang ibuka niya ay malapot na dugo.

"*RAIN!*" Tawag ni Ramiel.

Mabigat ang talukap ng mata niya, umuugong pa rin ang pandinig; isabay pa ang malakas na pag kabog ng puso niya. Mainit ang laman kung saan lumusot ang bala, sumisikad ang sakit sa buo niyang katawan.

"Rain, gumising ka! Rain!"

Matagal ang sumunod na scenario. Sa panaginip ni Rain may kasama siyang lalaki na hindi niya alam kung kilala niya.

Nasa loob sila ng isang cafe at magkatapat na nakaupo sa isa't isa.

"Marry me."

Nanuyo ang lalamunan ni Rain, hindi niya alam kung dahil ba hindi siya sigurado sa isasagot o dahil ba nag-ingles ang kausap niya.

Parehas siguro.

"You're still in love with that bastard/"

'Sinong bastard?'

"I'm not in love with him."

Parang hindi kontrol ni Rain ang sarili niya, hindi niya kilala ang boses na nagmula sa kanya.

"I didn't asked you to be in love with me, I asked you to be my wife."

Naputol ang panaginip nang biglang lamunin ng usok ang mukha ng lalaki sa harapan niya. Kasabay no'n na nagbago na naman ang scenario.

"Carina, mi amor!"

Literal na nagtayuan ang balahibo ni Rain nang makita niya si Obsidian (kapatid ni Black) ang nasa harapan niya, may kagat pa itong rosas. Walang suot na pang-itaas habang mapang-akit na naglakad palapit sa kanya.

"Carina." Tawag nito sa kanya.

"Hindi ako si Carina, punyeta ka! Hanggang panaginip ba naman!"

Nalaglag ang rosas sa bibig nito. Mulagat na napatingin sa kanya.

"Que?"

Natapos ang panaginip ni Rain.

Hingal na napabalikwas siya ng gising.

Madilim pa ang paligid nang malingunan ang bintana.

Sinampal-sampal niya pa ang braso para makompirma kung gising na ba siya o nananaginip pa rin.

Dahan-dahan siyang bumangon at lumakad palabas ng kwarto para uminom ng tubig.

Nadaanan niya pang nakatiwangwang ang pinto ng guestroom kaya napasilip siya kung tulog ba doon si Ramiel, pero wala. Kaya napababa siya agad at doon niya ito nakitang hinuhugot ang charger ng cellphone sa outlet.

"Hello." Bati nito sa kanya bago nilingon ang orasan sa sala. "Alas dos palang pala."

"Bakit gising ka na?" Tanong niya rito.

"Ah, ganito talaga ako, nagigising na lang bigla."

Kabado pa rin si Rain sa hindi malamang dahilan. Kaya dumiretso na lang siya sa kusina para uminom ng tubig. Medyo hilo siya at sumisingaw sa buong katawan niya ang init.

'Shit, mukhang lalagnatin yata ako.'

"Tulog pa si Sheshe," Tukoy nito sa asong nasa batya.

Napatango na lang siya at dumiretso sa kusina para uminom ng tubig.

"Ang sama siguro ng panaginip mo 'no?"

Halos maibuga ni Rain ang tubig na nasa bibig nang makitang nakaupo na si Raiel sa upuan. Nakahalumbaba sa mesa at nakatingin sa kanya.

"Sobra." Ang sagot niya nang malunok ang tubig.

'Namatay ako habang kinakasal sa'yo tapos nag-time travel tayo.'

Pumupintig ang utak niya sa takot, kaba, pagtataka at natatawa din siya dahil wala naman talagang nakakatakot sa panaginip niya bukod sa nakita niya si Obsidian na halos hubad at may rosas sa bibig.

Oo, mas natakot siya sa kapatid ni Black kaysa doon sa parteng nabaril siya habang ikinakasal kay Ramiel. Mas matakot siya doon kaysa sa amerikanong kinain ng usok.

Pero iyong kasal at iyong bala na tumagos sa katawan niya...*parang totoong totoo.*

"Grabe, nakakatakot."

"Pwede mong i-share sa'kin if you want."

"Ayoko, baka mapakanta ka na naman d'yan." Tukso niya rito.

Natawa na lang ito sa kanya.

Mabilis na lumakad si Rain palabas ng kusina, tinignan niya si Sherlock na nakahiga at malambing na natutulog sa batya.

"Ang cute mo naman." Puna niya rito.

Hindi na niya ginulo si Sherlock sa pagtulog at lumakad na lang palapit sa hagdan. Pero naunang pumanhik si Ramiel sa kanya.

Nang makalakad ito sa kwarto ay tumigil lang ito sa tapat ng pintuan at tumingin sa kanya.

"Rain?"

Nilingon niya naman ito. "Bakit?"

Lumapit si Ramiel sa kanya bago sinalat ang noo niya. "Nilalagnat ka." Alalang ani to.

"Ah," Parang wala sa sariling sabi ni Rain at napahawak na lang din sa leeg.

Mainit nga siya.

"Naulanan eh." Natatawang sabi niya na parang masaya pa ata siyang nilagnat siya.

"Sandali lang, asaan na 'yung lagayan niyo ng bimpo?"

"Bakit?"

Kunot ang noo ni Ramiel na sinalubong ang tingin niya, "Nilalagnat ka, gusto mong pabayaan kitang magliyab d'yan?"

"Kaya ko na sarili ko," Tumaas pa ng kamay si Rain bago kinuyom ang kamay. "Hindi mo ba alam na isa akong mutant?"

Hindi naman siya pinansin nito. "Asaan na 'yung bimpo?" Tanong nitong hindi pinansin ang joke niya.

Tumuro si Rain sa kwarto na tinutulugan ni Ramiel. "Mayroon d'yan sa cabinet, andun 'yung mga spare blanket."

"Iyong batya?"

"Maglalaba ka ba?" Natatawang tanong niya rito.

Pinanliitan siya nito ng mata. "Rain, nilalagnat ka na. Mahiga ka na."

"May gel pack ako, kailangan ko lang pagpawisan para bumaba 'yung lagnat ko."

"Magpunas ka ng maligamgam na may suka."

Umiling si Rain. "Ayaw ko nga, maasim."

Natawa naman si Ramiel. "Okay asa'n 'yung gel pack mo? Magbalot ka na ng kumot sa kwarto ibibigay ko na lang sa'yo 'yun kapag napakuluan ko na. Teka, pinapakuluan 'yun 'di ba?"

Tumango tango si Rain, natawa na lang. "Pwede din namang hindi mo pakuluan, magpakulo ka lang ng tubig tapos saka mo ibabad." Paliwanag niya rito. "Kapag kailangan ng malamig, nilalagay ko lang sa freezer ng one hour tapos 'yun na 'yon."

"Kung hindi naulan lumabas na lang ako tapos bibilhan na lang kita ng fever patch, pero asaan na 'yung gel pack mo?"

"Nasa kwarto." Turo niya.

Nakahawak na si Ramiel sa likod niya hanggang sa makarating siya ng kwarto, sa pintualn lang ito tumayo habang nakamasid sa kanya nang buksan niya ang drawer sa tabi ng kama at nilabas ang kulay blue na kahon. Binuksan ni Rain 'yon at inabot kay Ramiel ang gel pack.

"Huwag mo sisilaban 'yan ah?"

"Copy." Natatawang ani Ramiel bago kinuha 'yon sa kanya.

"Sige, thank you."

–

Nakapikit si Rain pero hindi siya makatulog dahil sa init at sakit ng ulo.

Nakatabi si Ramiel sa kanya, inaayos ang gel pack kapag kailangan. Nakaabang ang tubig at paracetamol sa tabi niya na kailangan niyang inumin sa susunod na anim na oras.

"Kaya ko na." Ani Rain. "Tulog ka na uli."

Alas tres na, dalawang oras na lang at gigising na ang Mommy niya. Wala pang maayos na tulog si Ramiel.

"Hindi ko kayang iwan kang ganyan."

"Grabe ka naman mag-alaga, sir."

"Seryoso. Isipin mo na lang na bayad ko 'to sa pagpapatuloy niyo sa'kin."

"Hindi naman kami naniningil. At saka, kailangan mo ng tulog. Paano ka uuwi?"

Napahawak si Ramiel sa batok. "Nag-text na ako kay Kenley na sunduin niya 'ko."

Kumirot ang sintido ni Rain at napapikit na lang para ibsan ang init na sumisingaw sa mata niya.

"Hindi ka ba makatulog?"

"Ayaw mo kasi, kaya hindi rin ako matutulog. Pero baka gusto mo magkwento, chichismis na lang ako sa'yo hanggang sa makatulog."

"Anong gusto mong ikwento ko?"

"Tungkol sa'yo…sa love life mo–or medyo love life."

"Ako si Rain. Twenty-three. Anak ni Oyen at Oyan, hindi 'yun joke, pangalan talaga nila 'yon.

Mahinang natawa sila pareho.

Nagpatuloy naman si Ramiel sa pagkukwento. "May kapatid ako, si Rahz. Kasali ako sa banda, guitarist—*SeaSonS* ang pangalan, capital lahat ng letter S."

"Ilan na naging girlfriend mo?"

"Isa." Mabilis na sagot nito.

"Maniwala ako sa'yo?" Taas ang kilay na tanong niya.

"Isa lang hanggang tumigil ang oras at paglaki ng universe."

Napangiti si Rain, "Eh bakit mo 'ko hinaharot?"

"Ikaw lang naman 'yung jowa ko ah? Malamang."

Mahinang napatawa si Rain. "Gagi, kaya hindi ako maniwalang iisa lang ex mo nanlalandi ka ng may sakit."

"Isa lang nga."

"Bakit kayo naghiwalay?"

Buntong-hininga ang panimulang sagot ni Ramiel. "Hindi kami pwede."

"Strict parents?"

"More like, hindi kami itinadhanang magsama."

"Aww."

Hindi nagsalita si Ramiel, napapikit si Rain nang pumintig ang utak niya. Mainit ang talukap ng mga mata niya nang magdilat uli.

"Nanaginip ako." Kwento ni Rain, medyo wala na siya sa sarili dahil sa hilo at init.

"Napanaginipan kong ikinakasal tayo tapos binaril ako."

Napamaang si Ramiel, gulat na tumingin kay Rain.

"P-paano mo naalala?"

Love, Death and Everything Else

RAIN

Hindi na nasagot ni Rain ang tanong ni Ramiel dahil kinain na siya ng antok. Pagkagising niya, magaan na ang pakiramdam niya. Medyo bumaba ang init ng katawan at mukhang kaya na niyang lumakad ng hindi natutumba.

Hindi pa sana siya gigising kaso naramdaman niyang may malamig na kamay sa noo niya kaya napadilat siya.

"Nahihilo ka pa?" Tanong nitong hawak ang malamig na gel pack.

"Medyo na lang." Mahinang sagot niya.

Dahan-dahan siyang bumangon, agad namang umamalay sa kanya si Ramiel; nakahawak ang kamay sa likod niya. "Basa na 'yung damit mo." Puna nito.

Napahawak naman si Rain sa likod niya. "Oo nga, sige palit na muna ako."

Tumango si Ramiel, tangkang aalis na ng kwarto pero tumigil at nilingon siya uli. "Ano pala, pagkatapos mong kumain at uminom ng gamot mamaya, ligo ka sa maligamgam na tubig para tuloy-tuloy na 'yung pag galing mo."

"Sige." Tipid na sagot ni Rain bago sumenyas na lumabas ito ng pinto. "Shupi na."

Pagkatapos niyang magpalit ay bumaba siya kaagad. Hindi na niya inabala pang suotin ang salamin dahil lalo siyang nahilo noong sinubukan niyang isuot.

Pagtapak niya palang sa unang baitang ng hagdan ay naamoy niya na ang paborito niyang pagkain tuwing tag-ulan.

'Mushroom soup?'

Iyon ang laging niluluto ng nanay niya kapag may sakit siya, mas madali raw kasing lutuin kaysa sa lugaw dahil may nabibiling instant powder. Diretso agad siya sa kusina.

Eksaktong nagsasalin na sa mangkok si Ramiel.

"Hi." Bati nito sa kanya bago itinaas ang mangkok. "Kain na."

Naghila si Rain ng upuan at umupo, inilapag naman ni Ramiel ang mangkok sa harapan niya.

"Gusto mo ba kumain ng kanin? Hindi pa nga lang in-in."

Inilapag nito sa tabi niya ang paracetamol at tubig bago tumalikod para ipagsandok ang sarili ng sopas.

Nakasunod naman si Rain sa galaw nito.

"Bakit?" Untag nito sa kanya ng hindi siya magsalita.

"Bakit?" Tanong niya kay Ramiel pabalik.

"Bakit ganyan ka makatingin?"

Kumurap si Rain bago ngumiti. "Ang weird lang."

"Alin?"

Nag-muwestra si Rain, inilahad ang kamay sa mesa bago sa direksyon ni Ramiel. "Ito. Tayo."

"Weird?"

Tumango siya. "Weird. Hindi ba dapat ano...hindi dapat normal 'to?"

"Alin?" Tanong uli sa kanya nito.

"Kasi kakakilala palang natin tapos kung makaluto ka parang buong buhay na tayong magkakilala. Hindi ba dapat matatakot na ako kasi alam mo na saan nakalagay 'yung kutsilyo rito sa bahay?"

"Eh ano bang normal para sa'yo?"

"Ang naisip ko bigla ka na lang aalis ng bahay tapos wala na kaming pagkain sa ref tapos wala na 'yung appliances."

Mahinang natawa si Ramiel at nailing na lang bago inilapag ang mangkok sa mesa. Naghila ito ng upuan sa tapat ni Rain bago umupo roon. "Tinanong ko 'yung Mommy mo kung anong pwede kong lutuin.

Sabi niya mushroom soup lang daw kinakain mo kapag may sakit ka. Lumipat na rin pala si Sherlock ng tulugan, nandun na siya sa guestroom."

Kumapa ito sa bulsa ng jogging pants, inilabas ang cellphone at pinakita ang text message nila ng nanay ni Rain. Kunot ang noo ni Rain na inaninaw ang nakasulat. "At saka, bakit naman ako mang-iiwan ng taong tumulong sa'kin?"

"Wow naman textmates na kayo ni Mommy?"

Ibinaba ni Ramiel ang phone sa mesa, nakataob ang screen. Nakangiting tumingin kay Rain, "Oo, at saka kinuha niya rin 'yung address ko para daw alam niya saan pupunta pag bigla kang nawala."

"Hindi ka ba hinahanap sa inyo?"

Umiling ito. "Ako lang sa bahay, minsan nauwi si Kuya. Madalas ako sa studio kasama sila Homer, minsan naman nakikitambay ako kay Kenley."

"Wala ka bang pinagkakaabalahan bukod d'yan? Hindi ka nag aaral? Work? Anak mayaman ka talaga 'no?"

Humawak si Ramiel sa kutsara. "Mas interesado ako sa banda kaysa magpatakbo ng negosyo. Si Dad at Kuya naman ang gumawa no'n, kapag nakisawsaw pa ako ro'n mas mawawalan ako ng interes sa buhay."

Bumaba ang tingin ni Rain sa sabaw at umihip do'n, hinalo-halo gamit ang kutsara. "Ah, anak mayaman ka nga."

"Anak lang, hindi mayaman."

Ngumuso si Rain. "Nagpa-humble pa."

"Totoo naman, minsan kapag kailangan ko ng pera nandoon ako sa bar ni Homer naghahalo ng alak. Iyong iba, sa gigs namin. Iyong maintenace sa bahay si Rahz ang nagbabayad, may condo naman siyang inuuwian."

"Sana lahat."

"May bahay ako sa Batangas, hindi pa nga lang tapos gawin kasi nagiipon pa 'ko ng pera."

Nakaawang lang ang bibig ni Rain habang nagkukwento ito. "Wow, rich. May bahay ka na at 23."

"Oo, kaya alam mo na—" Natawa si Ramiel nang irapan siya ni Rain. "Iyong studio at apartment pag walang umuupa, nganga rin ako kaya nagtitipid talaga ako. Pati 'yung motor ko hinuhulugan ko pa."

Napa-*oh* na lang si Rain, walang boses. Bumalik na lang ang tingin sa sopas at napaisip na lang bigla sa kinabukasan niya.

"Nag-college ka?" Usisa ni Rain.

Tumango si Ramiel bago ngumiwi na parang ayaw maalala pa ang pinagdaanan. "Business Management."

"Ang layo sa mukha mo!" Natatawang ani Rain. "Sana nag-tourism ka na lang papasa ka ng flight attendant."

"Oo nga e, sabi nila kailangan mo ng degree para mas madali makahanap ng work, tapos makapag-ipon para kapag tumanda ka, wala ka ng worries."

Tumango si Rain. "Gano'n naman talaga 'di ba? Mag-aaral kang mabuti para makakuha ng magandang trabaho, tapos kapag may trabaho ka na at income lalapitan ka ng lablayp o kamaganak."

Naiiling na natawa na lang si Ramiel sa narinig at humigop ng sopas. "Kaya pala wala akong lablayp."

"Neknek mo, baka nga gabi-gabi, iba-iba mong babae."

"Rain grabe mang-akusa."

"Okay lang 'yan, may sex appeal ka naman."

"Mapapakain ba naman ng sex appeal ko 'yung magiging asawa ko?"

Napabunghalit si Rain ng tawa. "Lang'ya, galit na galit sa sarili? Mag-artista ka na lang para mapakinabangan."

"Benta sarili na lang ba?"

"Para nga mapakinabangan mo, dami pa magkakandarapa sa'yo."

"Gusto mo ng ka-share?"

Napatahimik si Rain, pabirong sinamaan ito ng tingin. Buti na lang talaga hindi malinaw ang paningin niya kaya mas malakas ang loob niyang mag-galit-galitan.

"Bakit naman kita ipagdadamot?"

"Kasi sa'yo lang ako." Ang sagot nito bago kumindat.

"Yuck."

Tawa lang naman ang sagot nito sa reaksyon niya.

"Bakit hindi ka nagsalamin?" Ani Ramiel, pinilit ituloy ang usapan.

"Nahilo ako nung sinuot ko." Sagot niya bago nagsimulang humigop ng sabaw. Muntik na niyang maibuga 'yon dahil sa init.

'Potek na, bakit ang init pa rin nito?'

Napatayo naman si Ramiel at nagbukas ng ref para kuhanin ang pitsel ng tubig. Madaling inabutan niya si Rain ng baso ng malamig na tubig. Umabot din sa ibabaw ng ref para kumuha ng sugar cubes.

"Kainin mo."

Naguguluhan namang tinignan niya ito. "Bakit?"

"Dali na."

Hindi na umangal pa si Rain at kinain ang asukal at uminom ng tubig.

"May ice cream d'yan." Tumuro siya sa ref. "Mas epektib 'yon."

"Kumain ka kaya muna ng sandwich o hipan mo muna 'yang sopas. Hindi ka nag-agahan tapos mag-ice cream ka? Sasakit tiyan mo."

"Anong sandwich?" Ang tanong niya na lang bago simpleng inusog ang mangkok palayo sa kanya.

'Mapanakit.'

Bumalik si Ramiel sa ref at naglabas ng ziplock bag na may lamang sandwich na inalmusal nila kanina.

"Tapos saka ka kumain ng ice cream ah?"

Tumango siya, "Okay po, 'tay."

—

Pagkatapos nilang kumain ay nagpahinga lang siya ng kaunti at naligo na.

Naisipan nila ni Ramiel na manood na lang ng pelikula dahil parang bumabalik ang sakit ng ulo niya kapag naiisip niyang may assignment siyang kailangang gawin.

Buti na lang talaga at suspended ang pasok nila.

"Tumawag na ako kay Kenley," Ani Ramiel nang umupo sa tabi niya sa sofa. Nag-iwan ng isang ruler na espasyo.

Hindi naman mapigilang malungkot ni Rain nang maisip na aalis na ito kahit halos isang buong araw lang sila magkasama. *'Teka bakit ako malulungkot? Hindi ba dapat masaya ako kasi wala na siya rito sa bahay?'*

"Susunduin ka na?"

"Pagtila daw."

"Paano kapag hindi tumila?" Tanong uli ni Rain dito.

'Edi hindi na siya aalis.'

"Hatid mo 'ko sa'min." Nakangiting ani 'to.

"Wala akong kariton."

Natawa naman ito sa sinabi niya. "Mag-alay lakad tayo hanggang studio, baka may naiwang motor do'n si Ken."

—

"Bakit kasi kung kailan mamamatay na saka pa siya nagsabi ng true feelings niya, 'yan tuloy." Maktol ni Rain nang matapos ang pinapanood nila.

Nakaupo sila sa carpet ng sala habang nakasandal pareho ang likod sa sofa, nasa center table ang laptop. Yakap ni Rain ang unan.

Kanina pa siya nagpipigil ng luha pero hindi na niya mapigilan talaga, nag-abot naman si Ramiel ng panyo.

Tahimik na kinuha naman 'yon ni Rain at siningahan.

"Malinis ba 'to?"

Natawa si Ramiel, "Saka pa tinanong kung kailan nilagyan na niya ng sipon."

Suminghot si Rain, tinupi ang panyo at pinunas uli sa ilong. "Sorry na, grabe 'yung feels."

"Pero nakakainis, bakit kung kailan patay na saka pa niya inamin?" Himutok pa uli Rain na medyo naluluha pa. "Kainis, ang tanga."

"Mas madali kasing magsabi ng feelings kapag sinampal ka ng realization kung gaano kaikli ang buhay." Sagot ni Ramiel.

Suminghot si Rain. Nagpunas ng latak na luhang umalpas sa mata niya. "Wala ang tagal-tagal na nilang magkasama, andami nilang chances na aminin na mahal nila 'yung isa't isa."

"Inamin naman nila, hindi nga lang verbally. Walang confirmation, pero nandoon. Walang label, pero andoon pa rin 'yung feelings. Isipin mo na lang sa susunod nilang buhay pwedeng maging sila."

"Ang tanga pa rin, bakit kasi kailangan pang itago 'di ba?"

"Bakit kailangan pa sabihan at bigyan ng label?"

Kumagat si Rain sa labi, nagbadya na naman ang luha sa mata pero sinubukan niyang pigilan 'yon. "Ang sakit lang kasi, sayang fluffy moments."

"Kung ikaw ba 'yung bida, sasabihin mo 'yung feelings mo?"

Tumango-tango si Rain. "Sabay kiss."

Humagalpak ng tawa si Ramiel. "Gusto ko 'yan."

"Iyon lang, hindi ka gusto."

Natawa si Rain nang tumigil sa pagtawa si Ramiel. "Matapos mong lagyan ng sipon ang panyo ko, ganyan ka."

"Lalabhan ko naman huwag ka na magtampo. Lalagyan ko pa ng *Downy*, ano bang scent gusto mo?"

Napailing na lang si Ramiel haang nangingiti. "Anti-bacterial ah."

Lalong natawa si Rain. "Sige po."

"Pero happy ending pa rin naman 'di ba?" Tanong ni Ramiel.

Umiling si Rain at napasimangot. "Hindi happy ending."

"Buhay siya, nagkaroon ng sariling pamilya, nagkaroon ng tatlong anak. Nabuhay hanggang eighty."

"Para sa'kin hindi."

Napabuntong hininga si Ramiel, napahagpos sa buhok. "Gusto mo talga na sila 'yung magkatuluyan ano?"

"Kasi, kung ako 'yon, hindi ako magpapakasal. Hindi ako magkakaroon ng pamilya siya lang habang buhay."

Ngumiti si Ramiel. "Grabeng pag-ibig naman Rain."

"Kasi one true love eh."

"So hindi pwedeng magmahal uli?"

"Kaya nga *'kung*."

"Kung," Ulit ni Ramiel, tumango pa.

"Oo, kung ako. Pero hindi ako 'yon. Heartbroken lang ako kaya ganito mas bagay sila kaysa dun sa pinakasalan niya e. Mas pogi."

Natawa na lang si Ramiel, hindi sumagot.

"Kaya kapag nagkagusto ako, sasabihin ko na agad."

"Maghanap ka muna ng magugustuhan."

Lumingon si Rain kay Ramiel. "Nahanap ko na."

Titigan.

Napalunok si Ramiel at napa-iwas ng tingin. "Oh edi sabihin mo na."

"Gusto kita…*friend*."

Mahinang natawa si Rain, pinagtakpan ang kaba at awkwardness na nararamdaman.

"I like you too, *friend*."

Natawa na lang din si Ramiel.

Napatikhim na lang si Rain nang bumaba ang kaba. "Imposible." *'Na magustuhan kita in a span of twenty-four hours.'*

Sumayaw sa isip ni Rain lahat ng nangyari, simula nang magkita sila sa may tindahan, sa school, silang dalawa sa kusina, kanina madaling araw na nagkasakit siya.

Iyon feeling niya na parang ang tagal na nilang magkakilala.

Parang ang bilis at the same time ang bagal ng oras na magkasama sila ni Ramiel.

'Siguro kasi ngayon ka lang nagkaroon ng ibang kausap bukod kay Black.' Dahilan niya sa sarili.

'Tapos medyo magkaugali sila.'

"Alin?" Usisa ni Ramiel.

"Na ano," Lumunok si Rain para pigilan ang sariling ituloy ang sasabihin, pero…"Ang ano, love at first sight."

"Ah."

"Wala kang rebut?"

Natawa si Ramiel, napakagat sa lip ring na kakasuot lang nito. "Anong gusto mong sabihin ko?"

"Iyong gusto mong sabihin mo."

"Sige, sige." Tumango pa ito sabay suklay sa buhok na nakalugay.

Manghang napatitig na lang si Rain sa kamay ni Ramiel. Parang kandila ang mga 'yon kahit hindi mahaba ang kuko ay maganda pa rin tignan. Hindi tulad ng kanya na parang mini-sausages dahil sa liit.

"Anong tinitignan mo?"

Napakurap si Rain, "Ah iyong kamay mo."

Tinaas naman ni Ramiel ang kamay, tinaas din naman ni Rain ang kanya at itinapat iyon sa kamay nito.

"Ang liit ng kamay mo, " Puna nito bago hinawakan iyon, mahigpit pero hindi masakit. Sakto lang.

"Ang ganda ng kamay mo. Pang-mayaman, akin, pang hampas-lupa."

Tinanggal naman ni Ramiel ang hawak sa kamay niya, tinignan ang sariling kamay.

"Anong maganda dito?"

Tumango si Rain, walang halong malisya na hinawakan ang kamay nito uli. "Parang kandila." Pinisil niya ang hintuturo ni Ramiel. "Pwedeng sindihan."

"Oh." Ang sagot lang nito. "Maganda ba 'yun?"

"Oo nga, mukhang rich."

"Cute naman kamay mo ah?"

"Mukhang mini sausage."

Napabunghalit ng tawa ang lalaki sa sinabi niya. "Oo nga 'no?"

Ito naman ang humawak sa kamay iya.

"Kapag ganito raw ang kamay ng matulungin, humble, tapos mahilig sa arts."

Binaliktad nito ang kamay ni Rain para makita ang palad. "Malinaw 'yung apollo's line mo."

"Ang alin?" Tanong ni Rain at napatingin sa sariling palad.

Nilandas ng daliri nito ang linya na tinukoy. Mula sa palasingsingan pababa sa gitna ng palad.

Muntik na niyang hilahin ang kamay niya dahil sa kuryente.

"Anong ibig sabihin niyan?"

"Na pabor sa'yo ang swerte. At malaki ang tiyansa na sumikat ka balang araw."

Napangiti si Rain. "Paano mo naman nalaman 'yan?"

"Chinese palmistry. Itong linya sa gitna ng palad mo, 'yan 'yung fate line mo."

"Manghuhula ka pala."

Umiling si Ramiel, "Malayo." Binaba nito ang kamay niya tumitig sa kanya. "May mga bagay na sigurado ako."

"Tulad ng?"

"Tulad ng, ilang oras o araw na lang tayo magkakasama. Pinapahaba na lang ng ulan."

"Ibig sabihin, hindi na kita makikita kapag sumikat ang araw? Aswang ka talaga 'no?" Natatawang biro ni Rain.

"Ayaw mo ng ulan 'di ba?"

Tumango si Rain. "Hindi naman sobra. Pero naiisip ko lang 'yung mga taong walang tirahan, magkakasakit sila kapag naulanan. Iyon ngang taong butas ang bubong, hindi makakatulog. Mahirap maging masaya kapag naiisip ko 'yung mga taong nahihirapan kapag tag-ulan."

Napangiti si Ramiel, ipinatong ang kamay sa tuktok ng ulo ni Rain. "Mabait na bata."

"I know right."

"Paano kapag hindi pa tumigil 'yung ulan ngayon?"

"Hinaan na lang sana, para hindi mabilis tumaas 'yung baha, kasi ma-s-stranded si Mommy sa daan mamayang uwian."

Napabuntong-hininga si Ramiel. "Isang linggo."

"Ha?"

"Mukhang isang linggo pa aabutin 'yung ulan."

"Propeta ka na ngayon?"

Kagat na naman ni Ramiel ang labi para pigilan ang sariling tumawa, "Hayaan mo, susunduin ako ni Kenley. Pero bago 'yon, sisiguraduhin kong alam mo lahat ng tungkol sa'kin."

"Sige, gawa ka na ng resume, tumatanggap na ako ng aplikante." Biro ni Rain kahit totoong tumatanggap na siya ng aplikante na pwedeng samahan siya habang buhay.

"Sige, ano pa bang requirements mo para matanggap ako sa buhay mo?"

'Ah paktay tayo dito.'

"Bahay, lupa, sasakyan, pera."

"Rain, aasawahin mo na ba 'ko bakit full package?"

Napamaang si Rain. "Oy!" Hinampas niya ito sa braso, nainis kunwari. Pero natawa siya sa tanong nito dahil pwede na niyang i-consider 'yon.

"Pwede ba?" Pagpatol niya rito matapos niyang hampasin.

Ang sadista talaga ni Rain.

"Pwedeng pwede."

Napangiti si Rain bago natawa. "Imposible."

At sana nga nagkamali si Rain ng hinala.

Black and Obsidian

RAIN

Alas cuatro y media ng hapon nang makatulog si Ramiel sa sofa habang naiwan si Rain na nagbabasa ng emails na sinend ng tatay niya. Sandali lang din bumaba si Sherlock para kumain tapos tulog na uli ito sa guestroom.

Alas seis nang magising si Ramiel.

"Rain?" Tawag sa kanya ng binata, may halong pag alala ang boses.

Umuulan pa rin sa labas.

At nasa tapat ng gate si Black at ang kapatid nitong si Obsidian.

Wala namang problema kay Rain kung pumunta man ang dalawang ito sa bahay nila habang may bagyo. Ang problema lang, pumunta ito na may kasama siyang lalaki sa loob ng bahay nila habang wala ang nanay at tatay niya.

At wala man lang din siyang pasabi dito kahit hindi naman kailangan talaga. Pakiramdam niya, pinagtaksilan niya ang kaibigan niya sa hindi pagsasabi na mayroon siyang inuwi—*isinamang* lalaki sa bahay nila nang dahil sa araw ng kagipitan na wala siyang dalang payong.

Nang dahil sa katamaran niyang magpadala, nag-uwi siya ng masipag magdala ng payong.

Life goals.

"Masama ba silang tao? Bakit ayaw mo silang papasukin?"

Kumurap si Rain, nag-tatlong-isip kung papapasukin ba ang dalawa o magpapanggap na lang siyang wala sa bahay.

Pero naisip niya rin na baka may problema itong dalawa sa buhay kaya napapunta na lang bigla. Alam kasi ng dalawa na siya lang ang maaasahan tuwing ganitong panahon na wala silang ibang mapuntahan dahil umuulan ng lungkot (at hindi maka-gimik ang dalawa) at tuwing nag-a-away ang mga magulang ng mga ito.

Naglakad si Rain sa main door at binuksan ang pintuan. Halos atakihin siya sa puso dahil nakatapat mismo sa mukha niya ang mukha ni Black.

"Black!" Tinulak niya ang mukha nito palayo.

"I miss you." Ngumuso pa ito at tangkang hahalik sa kanya pero natatawang lumayo siya rito at nilawakan bukas ng pinto.

"Umayos ka nga–"

"Sino siya?" Turo ni Obsidian kay Ramiel.

"Felicity." Ani Black na may halong pagbabanta sa boses.

Iyon ang tawag ni Black sa kanya tuwing kailangan niyang magpaliwanag. Parang nanay niya lang, mas intense nga lang ng kaunti. Idagdag pa ang laking bulas ng kaibigan niya kaya mas nakakatakot.

"Mahabang kwento." Nakangiwing sabi na lang niya bago tumabi sa pinto para makapasok ang dalawa.

"Oo, mukhang mahaba nga." Hinagod ng tingin ni Black si Ramiel na walang kamuwang-muwang na nanonood ng pelikula sa laptop niya.

Napangisi naman ang kapatid nitong si Obsidian. "Ikaw ah, akala ko ba nerdy 'yung type mo?" Nag taas-baba pa ito ng kilay. "Sabi na matitipuhan mo rin ang aming lahi."

Tulad ng nakasanayan, nagtanggal ang dalawa ng sapatos bago pumasok sa loob ng bahay nila. Dire-diretso si Obsidian kay Ramiel at tumabi dito, habang si Black naman ay umakbay sa kanya habang sinasarado niya ang pinto.

"So, ano?"

"Sinagip niya ako sa oras ng pangangailangan."

"Rain, anong pangangailangan ba 'yang na hindi ako ang kinailangan mo?" Taas ang kilay na tanong ni Black sa kanya.

"Eh kasi nawala 'yung phone ko tapos wala akong dalang payong kaya nung nakita ko siyang naka-payong nagpatulong na ako sa kanya bumalik sa school kasi akala ko nandun 'yung phone ko pero wala rin pala ro'n tapos lumakas 'yung ulan kaya dito na muna siya nakisilong." Mabilis na paliwanag ni Rain.

Lalong bumigat ang akbay ng kaibigan niya sa kanya. "Sabi na, dapat sinundo na kita no'n kasi alam kong tamad kang magdala ng payong. Pero tarantado kasi 'tong si Obsidian, niyaya akong uminom."

Naglakad sila papunta sa single-seater na sofa, tinanggal nito ang pagkakaakbay sa kanya at umupo doon.

"So ibig sabihin, nagtiwala ka sa lalaki—" Tinapunan uli ni Black si Ramiel ng tingin, bumaba ang tingin nito sa dibdib nito bago sumitsit sa kapatid nitong si Obsidian. "Kapkapan mo nga ng dibdib 'yan, Di."

'Anak ng—'

"Oy!" Sita ni Rain nang ibaba ni Obsidian ang kamay nito sa pagitan ng hita ni Ramiel. Hinila siya ni Black patabi sa upuan at inakbayan para hindi makalapit sa kapatid nitong si Obsidian.

"Gusto mo pati sa baba kapakapin ko?"

"No homo!" Sigaw ni Obsidian. "Confirmed!"

Inis na tinanggal ni Rain ang braso ni Black sa balikat niya bago lumapit sa kapatid nito bago kumuha ng unan at inihinampas dito.

"Mahiya naman kayong dalawa kay Rain!"

Hindi niya pa rin maintindihan kung bakit hindi niya mabanggit ang *'Ramiel'* harap ng iba. Pero hindi niya na 'yon pinansin pa.

"Teka? Rain? Rain ang pangalan niya?" Hindi makapaniwalang sabi ni Black habang nakaturo pa kay Ramiel.

"P're naalala mo ba 'yun note ni Rain dati? Iyong tungkol sa soulmate niya—"

"Ano ba!" Sigaw niya sa dalawa.

Malakas ang tawa ng magkapatid. Tumigil naman sa pag-kwento si Black tungkol sa listahan niya noong bata siya about sa future partner niya.

Matagal na niyang kinalimutan ang listahan na 'yon. Binaon na niya sa limot.

Alam naman kasi niyang hindi na niya makikita 'yong nakilala niya noong bata siya na Rain din ang pangalan. Hindi niya din alam paano pumasok sa utak niya na baka 'yung batang 'yun ang makakasama niya forever.

At kung bakit ba naman kasi ang hilig niya noon mag-imagine ng happily ever after habang si Black ang villain. Ang pinagkaiba lang, hindi ito evil stepmother o evil stepsister. More like, guardian devil niya na bumubulong-bulong sa tabi niya.

Pilit namang hinila ni Rain si Obsidian paalis sa tabi ni Ramiel. "Alis nga!"

Hindi naman umalis si Obsidian sa tabi nito.

Tumakbo naman si Black papunta sa tabi ni Ramiel at nakitabi dito at kumapit sa braso na parang ayaw na nga itong pakawalan.

"Sorry, Rain. He's my type." Ang sabi pa ng kaibigan niya.

Tawa lang naman ang sagot ni Ramiel kaya lalo siyang nainis.

"Selos ka na? Kandong ka sa kanya may space pa naman o sa akin?" Kumindat pa si Obsidian.

Nangilabot naman siya nang dahil doon. Idagdag pa sa kilabot ang panaginip niya rito kagabi.

"Iiyak 'yan si Rain kapag inagaw natin ang soulmate niya." Tukso pa ni Black sa kanya.

"Iyo na siya kung gusto mo."

Napangiti naman ito. "Weh?"

Umalis sa tabi ni Ramiel si Obsidian at yumakap kay Rain. "Ayaw ko ng threesome kaya tayo na lang dalawa."

Hampas ang natamo ni Obsidian kay Rain nang dahil doon. "Ang sadista mo talaga Rain! Kiss kita d'yan sige ka!"

Nakangusong inilapit pa nito ang sarili kay Rain kaya nasampal niya uli sa mukha.

"Ang bastos niyo nakakainis!"

Hindi talaga sila makakapagusap ng matino kapag kasama ni Black ang kapatid nitong si Obsidian.

"Rain naka-holding hands na kami oh."

Pinakita pa ni Black ang magkahawak-kamay nila ni Ramiel.

Napatingin tuloy siya kay Ramiel, tinitignan kung hindi ba ito komportable. Pero mukhang sanay naman itong may kahawak-kamay na kapwa lalaki.

"Gustong gusto?" Tanong niya kay Ramiel.

Kumagat na naman ito sa lip ring.

"Ikaw?" Ang sagot nito, patanong pero parang hindi.

Nakatitig.

Nakakatunaw.

Si Black naman ang humampas sa braso nito. "Oi!" Sita ng kaibigan niya rito.

"Naku, Rain. Ibigay mo na 'yan kay Black."

"Hindi naman siya sa'kin kaya wala akong ibibigay kay Black."

Malakas na tawa ang sagot ni Obsidian.

Lalong napasimangot si Rain.

Hindi naman dapat siya naiinis dahil hinaharot ng kaibigan niya si Ramiel. Mukha namang gusto din nitong magpaharot.

'Edi magharutan sila.'

Tumigil din si Obsidian sa pagtawa. Naupo na lang uli sa tabi ni Ramiel.

"Tabi ka sa'kin."

Wala sa loob ni Rain na tumabi na lang dito. Nilingon ang screen ng laptop kung saan nag-p-play na ang R18 movie koleksyon ng nanay niya.

Okay naman sana, kaso ang intro ng movie ay masyadong masakit sa virgin eyes ni Rain.

"Black!"

Sinara niya agad ang laptop. Hindi niya narinig 'yon dahil nakasaksak na ang earphone.

Tawa naman ng tawa ang kaibigan niya.

Kinuha niya na lang ang throw pillow at pinaghahampas 'yon sa magkapatid.

"Bakit ba kayo nandito?!"

"Rain tama na po!"

Nakataas na ang kamay ni Black at Obsidian, wala pa ring reaksyon si Ramiel kahit nahampas ng unan sa ulo ng ilang beses. Magulo lang ang buhok at mukhang natatawa pero hindi hinahayaan ang sariling matawa.

"Mahal na reyna, patawarin niyo na kami." Pagmamakaawa pa ni Black.

Nilapag ni Rain ang throw pillow.

"Bakit nga kayo nandito?"

"Bakit Rain? Gusto mo ba kayo lang dalawa?" Si Black.

"Oo nga at saka miss ka na namin."

Inis na tinggal ni Rain ang salamit para hindi na niya makita ang dalawa. Sinabit niya sa camisetang suot.

"Ewan ko sa inyo."

—

"Mommy! Mommy! Kung papipiliin sino mas gusto mong makatuluyan ni Rain?" Tanong ni Black sa nanay ni Rain habang matiwasay silang naghahapunan.

"Ayaw ko sa maligalig, kaya malamang hindi ikaw." Tukoy nito kay Black. "Si Obsidian naman, maligalig din kaya pareho lang kayo. Si Rain kapag nagligalig bahala na 'yung anak ko sa kanya nabasbasan ko na sila."

Malakas ang singhap ni Obsidian at Black. "Hindi ba dapat mas may tiwala ka sa'min kaysa kay Rain?"

"Rain, top or bottom?" Ang tanong ni Obsidian kay Ramiel.

"Lights off or on?" Si Black naman ang nagtanong sa lalaki.

"Si Rain o si Rain?" Ang tanong uli ni Obsidian.

Hindi na nagsalita si Rain at inirapan niya na lang ang mga ito.

Ilang oras palang na nandito ang dalawang maligalig ay nahahawa na si Ramiel. Gusto niya na tuloy umuwi na ang tatay niya para matahimik na ang bahay nila uli.

Kaso nga lang wala nga sa Pilipinas ang tatay niya at mas lalong imposibleng bigla na lang ito mag-teleport pauwi lalo na ngayong may bagyo.

Kaya walang choice si Rain kun'di ang magtiis sa ingay ng dalawa niyang kaibigan.

"Mukhang extended din ang oras namin dito, Rain. Paano ba 'yan?" Nakangising ani Obsidian nang marinig ang malakas na pagpatak ng ulan.

"Huwag niyong masyadong asarin si Rain, baka mauna siyang tumanda sa'kin." Natatawang sabi naman ng nanay niya. "At saka 'wag niyong ubusin 'yung atay ng manok kasi hindi para sa inyo 'yan! Para 'yan kay Sherlock."

"Sinong Sherlock?" Tanong ni Black.

"Iyong aso ng kapitbahay. " Sagot ng nanay ni Rain.

"Ah! Iyong pomeranian na nasa labas 'Mmy?" Sagot naman ni Obsidian.

"Oo. Nandito siya ngayon kasi nga malakas ang ulan. Asaan na pala Rain? Hindi ko pa nakikitang lumabas ng kwarto ang asong 'yon."

"Tulog po sa guestroom, 'Mmy."

Napatango-tango naman ang nanay niya. "Buti pa ang asong 'yon hindi maligalig. Hindi tulad ng dalawa d'yan." Parinig pa nito sa dalawa niyang kaibigan,

Natapos na sila sa pagkain at lahat-lahat saka naman naisipan ng mga itong mag-camping sa sala. Akala niya kapag busog na ang dalawang maligalig ay mababawasan na ang kulit sa katawan kahit kaunti pero hindi.

Parang mga batang nagtayo ng tent gamit at kumot at panungkit ng sinampay nila.

Tuwing matutumba ang stick ay nagtatawanan lang ang mga ito tapos magbabatuhan ng unan.

May flashlight at snakes and ladders din na nakalapag sa sahig.

"Sali ka Rain?" Tanong ni Ramiel sa kanya.

Umiling naman siya at nanood na lang sa mga ito.

Halos six foot tall na mga lalaking hindi pa nakaka-move-on sa emo phade ang naglalaro ng bahay-bahayan sa loob ng bahay nila ang nasa harapan niya ngayon at kahit na alam niyang hindi siya masyadong pagtitripan ng mga ito kapag nakisali siya ay dehado pa rin siya sa tangkad at bilang.

"Rain , truth or dare tayo." Pilit sa kanya ni Black.

"Ayoko nga."

Ngumuso si Black na parang pato. "Truth?"

"Wala. Parang awa niyo na, kayo na lang." Tulak niya rito nang akbayan siya uli.

"Apat nga dapat para riot."

Bago pa siya maka-angal ay hinila na siya ni Black. "Kapag hindi ka sumali iisipin ko talagang crush mo si Rain."

"Paano mo naman iisipin kung wala kang isip?"

Natahimik si Black.

Natigil din si Obsidian at Ramiel sa paglalagay ng unan sa carpet at tumingin sa kanilang dalawa ni Black.

"Ah gano'n?"

"Pag nagalit ka iisipin kong totoo 'yon." Naka-peace sign pa si Rain nang taasan siya ng kilay ni Black.

"Rain parehas lang tayong walang isip kaya 'wag kang ano d'yan."

Hinila ni Blacka ang salaming suot niya at ipinatong 'yon sa ibabaw ng mataas na cabinet na lagayan nila ng kubyertos. "Black!"

"Aww 'di abot." Asar pa nito sa kanya bago siya binuhat at umikot.

Lalong nanlabo ang paningin ni Rain dahil sa hilo.

"Ako din gusto ko umikot." Ani Obsidian bago hinila si Ramiel sa braso at umikot-ikot sa sala hanggang sa tumama ang paa nila pareho sa sofa at matumba.

"Matulog na kayo." Sita ng nanay ni Rain sa kanila bago pumanhik sa hagdan. "At huwag kayong masyadong maingay baka maistorbo niyo 'yung asong natutulog." Tukoy pa nito kay Sherlock na nasa guestroom.

Walang nagawa si Rain nang magpumilit ang kaibigan niyang maglaro ng snakes and ladders. Ang manalo ang magsasabi anong dare sa mga natalo.

Nauuna si Black, sumunod si Ramiel at pangatlo siya, nasa huli si Obsidian.

Inalog ni Black ang dice na nasa loob ng magkadaop niyang kamay bago pinakawalan sa sahig. Ilang hakbang na lang at ito na ang panalo.

Gumulong ang dice sa harap nila at tumigil sa anim na dots.

'Pucha, wala na.'

Alam na alam niya ang takbo ng utak ng kaibigan niya. At malamang na kasama sa iniisip nito si Ramiel.

"Pangalawa si Rain." Tumingin si Black kay Ramiel bago ngumiti. "Kiss mo nga ako sa pisngi p're."

Mabilis namang humalik si Ramiel dito. Lagpas tenga ang ngiti ni Black nang tapunan si Rain ng tingin.

"May girlfriend ka na ba?"

Umiling naman si Ramiel. "Wala."

"Boyfriend?" Usisa naman ni Obsidian.

"Wala rin."

"Gusto mo ba?" Tanong ni Black dito.

Tahimik naman silang naghintay sa sagot ni Ramiel.

"Wala pa sa plano." Nakangiting sagot nito bago napatingin kay Rain.

"Wala raw pero tumingin kay Rain." Tukso ni Black.

"Hindi naman type ni Rain 'yan." Komento ni Obsidian.

"Sinong Rain?" Tanong ni Black sa kapatid.

Tumuro si Obsidian sa kanya.

Si Black ang bestfriend niya, si Obsidian ay kaibigan niya rin naman pero hindi kasing close tulad nila ng kapatid nito. Paano kasi napapaligiran ito ng babae, mahilig sa babae at dahil nagkakaisa-isa siyang babaeng bestfriend ni Black ay lagi siyang inaasar nito at hinaharot para lang inisin ang sariling kapatid. Kung hindi niya kaibigan si Black ay baka nahulog na siya sa patibong ni Obsidian.

Kaya rin siguro hindi siya tablan ng linyahan ni Ramiel dahil nasanay na siya sa dalawa.

"Ay totoo." Sang-ayon ni Black. "Ang gusto niyan ni Rain 'yung mukhang inapi at maghilig magpuyat kakabasa ng libro. Iyong laging may baogn fun facts at gagawan ka ng assignment type of guy."

"At 'yung tipo ng lalaki na maamo at mama's boy." Gatong pa ni Obsidian. "Nice guy na nerdo."

Natawa si Ramiel. "Paano ba magmukhang inapi?" Ang tanong nito sa dalawa.

Natigil ang dalawa sa pag-ngiti at seryosong tumingin kay Ramiel.

"Seryoso ka ba?" Tanong ni Black.

Inosenteng tumango si Ramiel. "Kay Rain?" Ang tanong nito sa dalawa bago nakangiting sumagot ng, "Oo naman."

At hindi alam ni Rain kung malulumpo ba ang lalaki dahil doon o uuwing naka-kahon.

Friend Ships

RAIN

Isang rare phenomenon ang makitang seryoso ang magkapatid na Mortimer, lalo na ang kaibigan niyang si Black. At lalong lalo na kung nasa perimeter si Rain.

Gustong mag-delusyon ni Rain na magkakaroon ng suntukan sa harap niya dahil sa angking kagandahan niya kahit hindi convenient ang setting nila. Baka hindi lang siya ang sapakin ng nanay niya kapag naisipang ituloy ni Ramiel ang kahibangang sinasabi nito.

Kaya nagsimula siyang tumawa.

'Syet, ano ba 'to? Nababaliw na 'ko sa kanila.'

Tumingin sa kanya si Black na kunwaring nag aalala. "Syet, nasira na si Rain. Tumawag kayo ng ambulansya!"

Tumigil siya sa pagtawa at tumikhim. "Natawa lang ako sa joke niya." Mahina siya uling tumawa. "Ang galing, syet."

"Hind—"

Pinanlakihan niya ng mata si Ramiel. "Ang funny mo talaga 'no?" Putol niya sa sasabihin nito.

May dahilan kung bakit iilan lang ang kaibigan niya sa school noon at dahil 'yon kay Black. Hindi naman ito badboy na tipong basag-ulo na lang at laging tambay sa guidance. Hindi rin naman bully. More like, mukha itong nakalaklak ng energy drink parati dahil sa taas ng energy parati.

Para itong unknown specie sa paningin ng mga kaklase at schoolmate niya dahil sa sobrang hyper.

Naging badboy lang ito sa paningin ng iba no'ng may sumubok mang-trip sa kanya no'ng intramurals at inalok siya ng kasal dahil sa isang dare. May marriage booth kasing nagpauso noon kaya halos lahat gustong maikasal. Nagalit si Black at nagalit din 'yong nag-propose sa kanya kaya ang ending ay nagkabangasan ang dalawa.

Nagsimula sa salitang, "Pakipot naman ng kaibigan mo" kaya nasuntok ng kaibigan niya 'yung lalaki.

"Anong dare mo sa'kin?" Tanong niya pa kay Black para hindi na uli mabigyan ng pansin si Ramiel.

"Kiss mo rin ako o magsayaw ka ng gangnam style in slow motion."

Mabilis na tumayo si Rain at nagsayaw.

Halos mamatay ang tatlong lalaki sa kakatawa.

Nang mahimasmasan ang mga ito ay nagkunwaring nagtampo si Black sa kanya. "Grabe naman hanggang ngayon ayaw mo pa rin akong i-kiss hindi tuloy matutuloy 'yung childhood friends to lovers trope na gusto kong mangyari para sa'tin."

"All this time ikaw pala ang may lihim na pagnanasa sa'kin." Akusa ni Rain sa kaibigan bago yumakap sa sarili.

Natawa naman si Obsidian at Ramiel.

Nang mabaling ang atensyon ni Black sa tumatawang kapatid ay seryosong nagsalita ito. "Halikan mo ang paa ko, alipin."

"Sinong alipin?" Masama ang tingin ni Obsidian sa kapatid. "Sinong tinawag mong alipin d'yan Blakely?"

—

Day three of nonstop bagyo, suspended ang pasok at hindi pa rin nakakauwi si Black, Obsidian at Ramiel. Kapitbahay lang naman niya ang dalawang magkapatid pero ayaw ng mga itong lumabas kaya nagtiis na lang magsuot ng orange t-shirt at cotton pants na galing sa drawer ng tatay niya.

"So, dahil stranded tayo rito sa bahay nila Rain bakit hindi natin kilalanin ang isa't isa?" Suhestiyon ni Obsidian.

"More like, kilalanin si Rain." Pagtatama ni Black sa kapatid. "Sino ka ba?"

"Rain Merquizalen. May banda kami ng mga tropa ko since high school, pangalan ay SeaSonS. Twenty-three."

"Merquizalen? Hindi ba Merquizalen 'yung school mo Rain?"

Pare-pareho silang natigilan. "Oo nga 'no?" Ang nasabi na lang niya.

"Kaya ba ayaw mong pumasok sa school namin nung inaya kitang pumasok kasi sa inyo 'yon?" Usisa ni Rain kay Ramiel.

Ngumiti ito at nagkibit-balikat. "Siguro?"

'Sabi na mayaman talaga 'to.'

"Virgin ka pa ba?" Ang sunod na tanong ni Obsidian dito.

"Hindi na." Pag-amin nito sa kanila. "Life fucked me up."

"Syet, sabi na." Natatawang komento ni Obsidian.

"Girlfriends?" Si Black naman ang nagtanong.

Umiling si Ramiel at napatingin kay Rain. "Wala." Bumalik ang tingin nito sa dalawang magkapatid. *"Iniwan ako sabi sa'kin sa susunod na lang niyang buhay kami magkita."*

Kumalampag ang puso ni Rain kasabay ng kulog at kidlat sa langit. Hindi niya tuloy alam kung alin sa dalawa ang dahilan kung bakit parang aatakihin siya sa puso.

Dahil ba kay Ramiel o dahil sa kulog at kidlat?

Baka pareho.

—

Hapon nang maisipan nina Black umuwi sandali, babalik daw kapag hapunan na.

Inabot ng gabi si Rain para lang matapos lahat ng activities na pinost ng professors nila. Buti na lang nagmagandang loob si Ramiel at nagkusang magsaing para sa hapunan. Ininit na lang din nila ang tirang ulam na niluto ni Rain kaninang tanghali para pakainin si Sherlock.

Alas siete ng gabi dumating ang nanay niya. Pagkakain nila ay agad din itong umakyat sa kwarto para makapagpahinga. Habang naiwan sila uli ni Ramiel na naghihintay sa sala para sa sundo nito.

Katabi niya si Sherlock sa may sofa habang nanonood ng telenovela.

"Anong oras darating sundo mo?" Tanong ni Rain.

"Paparating na, medyo malayo lang daw pinanggalingan."

Napatango-tango si Rain at sumandal sa sofa. Nakaupo naman sa sahig si Ramiel at nakikilaro sa laptop niya ng *Solitaire.*

"Kailan pa kayo magkaibigan ni Kenley?" Usisa niya rito para mabawasan ang antok.

"Matagal na. Hindi ko na mabilang."

Mabigat na ang talukap ng mata ni Rain. "Inaantok na ako."

"Tulog ka." Simpleng sagot nito sa kanya.

"Ayoko nga baka pagsamantalahan mo 'ko." Natatawang sabi niya na lang dito bago napahikab.

"Asa ka naman."

"Ayaw kong matulog hangga't 'di ka nakakaalis."

"Matulog ka na, gigisingin kita kapag nandito na si Ken."

Tinaas ni Rain ang kamay niya at pinatong sa tuktok ng ulo ni Ramiel. "Bakit kaya napaka-komportable ko sa'yo 'no?"

Natigil naman sa paglalaro si Ramiel at nilingon si Rain. "Nakuha sa charisma."

Umirap si Rain at tinanggal ang kamay dito. *'Ang tikas talaga nitong bwisit.'*

"Wala akong nakausap na lalaki—tao na sobrang komportable ako bukod sa'yo, takot kaya ako kay Mommy kapag kaming dalawa lang nag-uusap."

"Baka magkakilala na tayo sa past life natin."

"Baka nga." Ang sagot niya na lang kahit ang totoo, hindi siya naniniwala sa mga gano'ng bagay.

"Ilang oras na lang pala hindi na tayo magkikita uli 'no?"

Matagal na nakatingin si Ramiel sa kanya. Mata sa mata. Parang noong unang oras na magkasama sila sa school; ang pinagkaiba lang, medyo naiilang na si Rain dito. Para mabawasan ang ilang, tinitignan niya na lang ang mata nito at inisip kung brown ba 'yon na may kulay luntian o brown na may kulay asul.

"Green ba 'yang mata mo?" Tanong niya bago lumapit ng kaunti para mas makitang mabuti ang kulay no'n.

Napalunok naman si Ramiel sa ginawa niya bago nag-iwas ng tingin; nailang sa distansiya nila.

Nakaupo si Rain sa sofa habang nakaupo siya sa carpet ng sahig at nakatapat sa center table, dahil matangkad si Ramiel, parang halos malapit lang ang mukha nila sa isa't isa nang lumapit ito para titigan ang mata niya.

Hindi naman nakalagpas sa paningin ni Rain ang pamumula sa tainga ni Ramiel. Gusto niya sanang tuksuhin kung hindi lang siya naiilang.

'Ano ba 'yun? Ngayon ka pa talaga tinamaan ng hiya?' Reklamo niya sa sarili.

Nang tumikhim si Ramiel ay parang bumalik sa dati ang takbo ng oras. Wala na uli ang kaba. Parang dumaan lang. Komportable na uli ang lahat.

"Blue," Sagot nito sa tanong niya.

"Wow." Manghang sabi na lang niya bago tinignan uli ang mata ni Ramiel. "Ang ganda."

Habang tumatagal ang titig niya, parang bituin na lumilipat ang parte na kulay asul sa mata nito. Paminsan-minsan ay parang may kakaunting luntian na lumilitaw.

"Baka ma-inlove ka sa'kin niyan ah." Tukso nito sa kanya.

Napakurap-kurap na lang siya.

Natauhan at napalayo bago sumandal uli sa sofa. Natahimik na lang.

"No rebuts?" Tukso pa ni Ramiel sa kanya.

"Hindi na ba tayo magkikita pagkatapos?" Bulong sa sariling tanong ni Rain; hindi dapat lumabas sa bibig niya kaso…

"Gusto mong magkita tayo uli?"

"Oo—" Natigil si Rain bago napalunok at napatitig na lang sa kulay ng tela ng sofa. "I mean, bakit hindi?"

Ngayon lang siya uli nakakilala ng taong hindi niya kinaiilangan, tapos kilala na ito ng kaibigan at nanay niya. Nakakapanghinayang naman kung hindi na sila uli magkikita dahil lang sa pagtila ng ulan.

Napangiti na lang si Ramiel. "Magkikita tayo uli. For sure."

"Talaga?"

"Oo naman."

—

Alas onse ng gabi dumating si Kenley. Hindi tulad ng nasa isip ni Rain ang itsura ng kaibigan nito.

Akala niya kasi parehong emo ang style ng kaibigan nitong si Ramiel. Hindi 'yung mukhang walang kahit katiting na pagmamahal sa rock music ang kaibigan nito. Mas mukha kasi itong mahilig sa classical music dahil sa maroon na three piece suit na suot nito, ayos na ayos din ang buhok nito na lagpas dibdib. Mas masungit din tignan kumpara kay Ramiel.

Sa isip-isip ni Rain, maingay ang Kenley na kaibigan ni Ramiel magulo at ugaling bata. Hindi mukhang bampirang model ng shampoo.

"Kenley!" Bati ni Ramiel dito.

Tipid na ngumiti naman ang kaibigan nito sa kanya. "Ikaw si Rain Marquiza?" Tanong nito sa kanyang nakangiti pa rin. Hindi pinansin si Ramiel.

"A-ako nga, nice to meet you too Kenley."

"Ikaw pala 'yon—"

"Tara na Ken-ken! Baka abutan tayo ng baha." Putol ni Ramiel sa sasabihin nito at hinila ang kaibigan palabas ng bahay.

Lalong lumakas ang ulan nang tumapak sila palabas ng pinto. Tangkang pipigilan nito ay biglang nabalot ng usok ang paningin ni

Rain. Nang subukan niyang punasan ang salamin at kumurap-kurap ay wala ng tao sa harap niya.

Parang bulang naglaho ang dalawang lalaki.

"Anong–" Luminga-linga si Rain sa paligid para siguraduhin na hindi siya nagkamali ng tingin.

Pero wala!

Walang tao!

Parang pelikulang nag-play sa utak ni Rain ang lahat ng nangyari. Inisip niyang mabuti kung nanaginip lang siya o tunay ang lahat.

Bigla niya namang naalala ang sinbi ni Ramiel sa kanya.

'Bubuksan natin 'yung third eye mo uli para makita mo 'yung multong nakakulong dito sa payong."

Nailing na lang si Rain. *'Panaginip lang 'to. Isang mahabang panaginip.'*

Ilang segundo pa ay bigla na lang nagdilim ang lahat sa paningin niya.

Taka

RAIN

"Ba't dito ka sa baba natulog?" Usisa ng nanay niya nang abutan siyang nakahilata sa sofa.

Umuulan pa rin sa labas. Wala pa ring kahit kaunting sinag ng araw sa sobrang kapal ng ulap na bumabalot sa langit. Mabigat ang ulo ni Rain na bumangon.

"Tinamad po yata akong umakyat."

Sapo-sapo niya ang ulong inalala kung anong nangyari bago siya makatulog. Wala siyang maalala ni katiting man lang. Nang mahagip ng mata ni Rain ang asong si Sherlock na nasa tapat niya ay napakurap-kurap siya.

"Ma?" Tawag niya sa ina.

"Oh?" Sagot nito mula sa kusina.

"Paano napunta rito si Sherlock?"

"Hindi ba inuwi mo 'yan siya dahil nakita mong nasa labas ng bahay niya?"

Nagsalubong ang kilay ni Rain sa narinig. Wala pa rin siyang maalala.

Napatitig na lang siya kay Sherlock.

Mukhang naguguluhan din itong tumingin sa kanya pabalik.

'Ba't parang may kulang? Bakit wala akong maalala bukod sa pagpunta ko sa tindahan para sumilong? Paano ako nakauwi? Nag-teleport?'

'Hi, Rain.'

Napamulagat siya nang marinig ang boses sa isip niya. "Ahh—"

'Huwag kang matakot Rain, ako 'to, si Sherlock.'

Lalong nanlaki ang mata ni Rain. Lalong napatitig sa aso sa tapat niya.

'Ha?'

'Kanina pa kita ginigising pero hindi kita magising.'

Lalo ata nanakit ang ulo ni Rain. *'Hindi 'to totoo.'* Kumbinsi niya pa sarili niya at napailing na lang.

'Pasensya na Rain, pero totoo itong lahat. Ako si Sherlock at alam ko kung anong nangyari.'

"Anong pinagsasabi mo d'yan?" Tanong ni Rain dito. Kunot ang noo.

"Sinong kausap mo d'yan?" Tanong ng nanay niyang kalalabas lang ng kusina.

Tarantang nilingon naman ni Rain ang ina. "Wala po, 'yung ka-chat ko lang."

"Ka-chat? Hindi naman bukas ang laptop mo. Thru telepathy na ba kayo nag uusap ngayon? Aba maganda 'yan."

Nailing na lang si Rain at kabadong tumawa. "Kakasarado ko lang po, 'di niyo lang nakita. Nakakainis kasi."

Nag-ah na lang ang nanay niya. "May pasok ka pa rin?" Usisa niya rito.

"Oo raw, ulan lang daw 'yan, kahit daw mag-tsunami kailangan daw naming pumasok. Halimaw talaga 'yung presidente namin ngayon." Reklamo nito sa kanya bago dire-diretsong naglakad palapit sa hagdan, tumigil lang nang magsalita si Rain.

"Report niyo na kasi 'yan."

"Naku, asa ka. Anak 'yun ng CEO. Baka kami i-report nun. Sa inyo lang applicable ang suspension kapag may bagyo, ibang suspension ang sa'min."

"Kahit na, hindi naman kayo waterproof."

"Wala kasing puso 'yon, tapos wala pang lablayp."

"Oh edi, mahalin niyo na lang siya para bumait, 'Mmy. Sabi mo sa'kin love conquers all 'di ba?"

"Hindi 'yung totoo, may mga halimaw talagang hindi mo kayang i-conquer."

Natawa na lang si Rain. Umakyat naman ang nanay niya para makapagbihis. Nagrereklamo pa rin ito pero hindi na niya marinig ang palatak nito dahil malakas ang pata ng ulan sa bubong.

Nilingon uli ni Rain ang asong si Sherlock.

"Takte, kung ano-anong naririnig mo Rain. Pati si Sherlock napapagkamalan mong may telephatic ability."

'Telepathic ability?' Sagot nito sa kanya, parang kumunot pa ang noo nito sa paningin ni Rain kahit makapal ang balahibo nito at mukhang imposibleng makita ang pagkunot noon.

"Syet nababaliw na ba ako?"

'Rain, totoong naririnig mo—'

Hindi na naituloy ni Sherlock ang sasabihin nang marinig ang malakas na lagatok ng takong ng suot nitong heels sa hagdan.

"Sandata on sakuna." Anunsyo nito bago rumampa sa harapan nila sa sala.

"Hindi ka ba matatapilok sa baha niyan 'Mmy?"

Taas ang kilay nitong sumagot sa kanya. "Ako pa ba?" Tanong nito bago ngumiti sa kanya. "Alis na ako, kapag natapilok ako magkakadahilan akong umuwi."

"Oo nga 'no?"

Tumapik ito sa balikat niya bago nilingon ang orasan. "Ingat anak, sabihin mo sa Daddy mo umuwi na siya para makagawa na kami ng aalagaan mo rito sa bahay para may pagkaabalahan ka naman."

Kumunot ang noo ni Rain at sumimangot. "Ako pa talaga ang gagawin niyong babysitter?"

Tawa lang naman ang sagot nito sa kanya at lumabas na ng pinto. Sumunod naman siya rito para isarado ang gate.

Nang makaalis ang nanay niya ay bumalik ang tingin niya sa asong si Sherlock. Nakaupo ito sa sofa at nakatingin sa kanya.

"Hello." Bati niya rito bago umupo sa tabi nito.

"Hello, Rain." Sagot ni Sherlock sa kanya.

Kung may ilalaki pa ang mata ni Rain ngayon ay baka lumuwa na ang mata niya sa gulat. "What the—"

"May naaalala ka ba sa nangyari sa'yo?" Unang tanong ni Sherlock sa kanya.

Tanging iling lang ang naisagot niya.

"May kutob akong may dahilan kung bakit ka pinuntahan ng anak ni Oyah."

"Sinong Oyah?" Kunot-noong tanong niya rito.

"Wala akong masasabi sa'yo bukod sa alam kong Ama siya ng mga bituin." Sagot nito sa kanya.

'Ama ng mga bituin?'

Mas lalong naguluhan si Rain kaya hindi na siya nagtanong pa tungkol doon. Ang itinanong na lang niya ay paano ito nakakapagsalita.

"Isinumpa ako." Simpleng sagot nito bago humiga sa sofa ipinatong ang ulo sa nakaunat na dalawang kamay.

"Magpahinga ka muna Rain, mas lalong hindi mo maaalala kapag nag-isip ka ngayon. Matulog ka at magbabantay ako rito."

Umabot ang kanang kamay ni Sherlock sa kamay ni Rain. "Matulog ka na, utang na loob."

Sumunod na lang si Rain at napahikab.

"Teka muna–" Pigil sa kanya ni Sherlock bago tumapik sa hita niya. Naguguluhang tumingin naman siya sa aso. "Ano 'yun?"

"Patingin ng kamay mo."

Inilahad naman niya ang kamay sa harap ni Sherlock. "Bakit?"

Matagal na sinipat nito ang kamay niya, inamoy-amoy pa nito ang kamay niya.

"Ito." Turo nito sa palasingsingan ng kanang kamay niya.

"Ano?"

"May marka ka rito, marka ng anak ni Oyah."

"Marka?" Inilapit niya ang kamay sa mukha niya para hanapin kung nasaan ang tinutukoy nitong marka. "Asaan?"

Mukhang lumalabo yata lalo ang paningin niya dahil wala siyang makita.

"Isa lang ang masasabi ko sa markang 'yan." Komento ni Sherlock. "Hindi siya creative, tignan mo oh sobrang simple? Naturingang anak ni Oyah tapos—hayaan mo na nga."

"Anong ibig sabihin ba nung marka?" Usisa niya rito.

"Hindi ko pa alam, pero hindi magandang senyales 'yan." Simpleng sagot nito sa kanya. "Hanggang saan ang naaalala mo Rain?"

Napahinga naman siya ng malalim at napaisip. "Hanggang sa may tindahan na may masungit na tindera."

Napatango-tango ang aso, nakalagay pa ang kamay sa baba na parang nag-iisip. Gusto sana ni Rain picture-an kaso baka magalit ito at kagatin siya.

"Pumunta tayo sa tindahan na 'yon."

"Ngayon na?"

Umiling ito. "Hindi pwede ngayon, hindi mo siya makikita. Kapag sumilip na ang araw saka tayo umalis."

Wala naman na naisagot si Rain.

Kruu.

Maktol ng sikmura nila.

"Gutom na 'ko." Halos sabay nilang sabi.

Nawala na ang antok ni Rain dahil sa gutom kaya tumayo na siya at lumakad papuntang kusina para makahanap ng kakainin nilang dalawa ni Sherlock.

"Paano pala kapag bumalik na 'yung amo mo tapos hindi mo na ako masamahan sa tindahan?" Usisa niya rito.

"Hindi pa naman siya babalik."

Magtatanong pa sana siya uli pero hindi na niya itinuloy. Pinabayaan niya na lang liparin ng hangin ang kuryosidad niya tungkol rito, hindi pa nga nag-s-sink in sa utak niyang nakakapagsalita ang aso ng kapitbahay nila.

Nang hindi siya magsalita ay si Sherlock na ang umimik. "Alam kong wala kang kinalaman sa nangyari sa akin, pero gusto ko sanang tulungan mo ako."

Matagal bago rumehistro ang sinabi nito kay Rain dahil nasa kalagitnaan din siya ng pag-iisip kung anong kakainin.

'Parang masarap mag-sopas ngayon pero tinatamad akong mag-gayat ng gulay. Pancit canton? Na naman?'

Siguro guni-guni lang ni Rain ang pagsimangot ng aso sa kanya nang lingunin niya.

"Tulungan mo ako." Seryosong sabi nito. Nakatingin ng diretso sa kanya.

"Okay." Simpleng sagot na lang ni Rain at nagsimulang magluto.

"Hindi mo man lang ba itatanong kung para saan?"

"I mean, may chicken pa naman yata sa ref—"

"Hindi 'yon!" Sigaw nito kaya nagitla siya, medyo napatalon. "Hindi pagkain ang ibig kong sabihin." Kalmado na ang boses nito bago nagbuga ng hangin.

"Okay mamaya na 'yan kapag nakakain na tayo. Ayos na ba 'yung hotdog sa'yo? Nakain ka ba no'n o 'yung tirang manok na lang sa ref?"

"Kahit ano." Sagot nito sa kanya.

Tumango-tango naman siya at inabala na lang ang sarili sa pagluluto. Iniwasan niyang dumapo ang isip sa nangyari dahil baka mas lalo siyang mabaliw.

—

"Ashara ang pangalan ko." Pakilala nito sa kanya. Nakataas ang kanang kamay. Cute na cute si Rain sa nakikita pero pinipigilan niyang ipakita na natutuwa siya dahil baka sagpangin siya ng aso.

"Ashara?"

"Sabi ko sa'yo isinumpa ako. Hindi talaga ako aso."

"Eh ano ka?"

"Isa akong mangkukulam."

Napalunok si Rain sa narinig. "Mangkukulam ka?" *'Ibig sabihin nakakalipad siya gamit ang walis? Pwede kayang magpa-demo rito?'*

"Hindi, isa akong pusa. Ano bang mayroon sa pandinig mo?" Masungit na tanong nito.

Pinigilan naman na Rain sabayan ang katangasan ng ugali nito dahil ayaw niyang maisumpa.

Matapos nilang kumain kanina, saka lang nalaman ni Rain na cancelled ang klase nila. Nang mag-check siya ng email, may mga sent assignments siyang ginawa kahapon. Pero hindi niya matandaan na ginawa niya ang lahat ng 'yon.

"Sa ngayon, huwag ka munang magtanong ng magtanong dahil mortal ka pa rin naman. Baka hindi mo kayanin."

"Ako lang ba ang nakakarinig sa'yo?"

Umiling ito. "Nakakausap ko ang amo ko."

Namilog ang mata ni Rain. "Talaga? Hindi ba masungit 'yon?"

"Oo, at huwag mo nga siyang tawaging masungit dahil mabait siya."

"Eh bakit ka niya iniwan kung mabait nga siya?"

"Nagpaiwan ako sa kanya. Ayaw din kasi ng asawa niya sa akin kaya hinayaan ko na lang. Ayaw ko ng gulo. Noong huli akong nasangkot sa kaguluhan, nagkaroon ako ng balahibo sa buong katawan at natutong tumahol."

Nakaramdam ng awa at lungkot si Rain dito. *'Grabe naman pala.'*

"At nagpaiwan ako dahil nandito ka."

Napalunok na naman si Rain, mabilis na napalitan ng kaba ang nararamdaman. Nanlalagkit na at siya sa pawis kahit malamig ang panahon.

"Anong meron sa'kin?"

"Sa Tatay at Nanay mo, maraming mayroon. Sa'yo? Wala."

Parang gusto niyang manakal ng aso sa narinig. "Kunwari na lang hindi kita narinig." Ang sagot niya dito at napasimangot na lang.

"Mali itong gagawin kong pagsasabi sa'yo pero kailangang-kailangan ko ang tulong mo para bumalik ako sa dati."

"Bakit ba kasi isinumpa ka? At saka, bakit ako?"

Patay ang emosyon ni Rain na tumingin dito. "Utot mo green." Ang nasabi na lang niya.

Bumuntong hininga naman ito. "Kapag sinabi ko sa'yo ang lahat at nakalabas itong kwento ko sa iba, lagot ka sa'kin—"

Mabilis na tumango si Rain. "Oo, pramis."

"Isinumpa ako dahil sa pagbebenta ng impormasyon."

"Ah so Marites ka?"

Umirap ito sa kanya. "Iba ang panahon ngayon at noon."

"Okay po, Lola."

Tinampal siya nito sa kamay. Kung siguro tao si Sherlock—Ashara ay masasaktan siya pero parang unan lang ang tumama sa likod ng palad niya.

"Umayos ka." Banta pa nito sa kanya.

"Opo."

"Dahil nga sa nalalalaman ko kaya ginawa nila akong aso."

Napatango-tango na lang siya. "Bale, ilang taon ka na pala?"

"Isang daan at dalawampu't dalawa—yata?" Hindi siguradong sagot nito. "At para makabalik ako sa dati, kailangan ko ang tulong mo. Tutulungan mo ba ako kapalit ng impormasyong alam ko sa pamilya mo at sa mga hindi mo maalala?"

Hindi agad nakasagot si Rain.

Kung tutulungan niya si She—Ashara pwedeng mapahamak siya pumayag man siya o hindi. Kung tunay nga ang sinasabi nito. Kung hindi niya ito tutulungan, pwede itong gumawa ng paraan para balikan siya. Kung tutulungan niya naman ito pwedeng may iba pa itong kailangan bukod sa makabalik sa dati nitong anyo.

Pwede din itong magsinungaling sa sasabihin nito sa kanya.

"Paano ako makakasiguradong tunay ang sasabihin mo sa'kin?"

"Hindi ako maaaring magsinungaling."

Naguguluhang tinignan niya si Ashara.

"Kung hindi ko ikakamatay ay matagal na akong nagsinungaling."

Hindi nakasagot si Rain. Pinakiramdaman niya ang sarili at si Sher—Ashara.

"Hindi ko nga alam kung naniniwala ba akong naririnig kita ngayon e."

"Alam ko, Rain."

Last First Kiss

RAIN

Pagkagising ni Rain, agad na naabutan niya ang aso—mangkukulam na si Ashara sa harapan niya. Mukhang pinagmasdan lang siya nito buong oras na wala siyang malay.

Samantalang maliwanag naman na ang langit sa labas. Wala ng makapal na ulap ang nakatakip sa araw, sumisingaw na uli ang init sa semento; masakit sa mata ang sinag ng araw na sumisilip sa kurtina ng bintana nila Rain.

"Pupunta na tayong tindahan." Anunsyo ni Ashara.

Muntik nang magmura si Rain sa biglaang pagsasalita nito. Hindi pa siya nakaka-adjust sa super powers niya—sa pagsasalita ni Ashara.

"Ngayon na ba agad?"

Tumango naman ito. "Dalian mo, kailangan nating mapuntahan ang sinasabi mong tindahan bago tumakip ang ulap sa araw."

Tumango na lang si Rain.

"Kung kumilos ka na kaya ngayon ano?"

Bagot na bumangon si Rain at sumunod dito.

'Hindi ko alam na darating ang araw na may iba akong susundin bukod sa nanay ko.'

Habang naglalakad papunta sa tindahan si Rain, walang kagalaw-galaw sa braso niya si Ashara. May ibang napapatingin sa gawi niya; siguro dahil cute ang asong karga niya.

Buti na lang at nakakapagusap pa rin sila ni Ashara telepathically kaya hindi na niya poproblemahin ang mga tao sa paligid niya. Nakatulong din ito para hindi siya matakot na lumabas.

Hindi kasi talaga siya mahilig lumabas noon pa, pinagbawalan din kasi siya ng nanay at tatay niya dahil lapitin siya ng disgrasya tapos marami pa siyang nakikitang kung ano-anong nilalang; baka raw mamaya ay kuhanin daw siya.

'Nararamdaman kong malapit na tayo sa tindahang sinasabi mo.'

'Malapit na nga tayo.' Sagot niyang nakatanaw sa malaking puno na malapit sa tindahang sinilungan niya.

'Pamilyar ang nararamdaman kong enerhiya.'

Kinilabutan si Rain sa narinig. *'Bad energy ba 'yan?'*

'Hindi naman masama.'

Napabuntong-hininga siya sa narinig. *'Buti naman.'*

Nakarating sila sa tapat ng tindahan. May matandang nakaupo sa silya sa harapan at lamesita sa harapan nito. May nakapatong na bolang kristal sa gitna at may katabing kahon na may lamang baraha.

'Leah.'

"Ashara." Tawag ng matanda nang dumapo ang mata nito sa asong hawak niya.

Inilapag naman niya si Ashara sa lamesita. Ilalapag niya sana sa semento, kaso baka makagat siya nito. Mahirap na.

"Magkakilala kayo?" Tanong niya kay Ashara.

"Magkaibigan kami—*medyo magkaibigan.*"

"Bakit naparito ka?" Tanong ng matanda kay Ashara, hindi pa rin tinatapunan ng tingin si Rain.

"Itatanong ko lang kung napadaan ba ang anak ni Oyah dito."

Nakamasid lang si Rain sa dalawa. Nag-aabang sa susunod na mangyayari.

"Oo." Sagot nito bago nilingon si Rain.

"Nahawakan mo ba ang anak ni Oyah?" Tanong ng matandang babae kay Rain.

Umiling naman si Rain. "Wala po akong natatandaan." *'At malay ko ba sinong anak ni Oyah 'yung sinasabi niyo.'*

Sumimangot naman ito, halatang dismayado sa sagot niya.

"Mukhang wala namang espesyal sa batang ito kahit kapatak. Bakit sa kanya ka humingi ng tulong?"

Gusto rin sanang sumimangot ni Rain pero pinabayaan niya na lang ang lumagpas ang insulto nito sa kabilang tainga niya.

Wala din namang magagawa iyon para malaman niya kung anong nangyayari.

Una, nawalan siya ng alaala. Pangalawa, may asong self proclaimed mangkukulam ang lumapit sa kanya para humingi ng tulong. Pangatlo, mukhang mamamatay na ata siya ng mas maaga kaysa sa inaasahan dahil wala talaga siyang maintindihan kung saan papunta ang nangyayari sa buhay niya.

'Parang naulanan lang ako nung isang araw; tapos ngayon mukhang ipapako ako sa krus nitong dalawang ito.'

"May dugong Marquiza ang batang 'yan."

"Sigurado ka?"

Nakagat ni Rain ang dila para pigilan ang sarili niyang sumagot.

"Oo nga, kahit ako nga hindi makapaniwala eh. Akala ko pa naman kapag nanganak si Rena ay lalaki—sandali wala na kaming oras. Kailangan ko na ang tulong mo,"

"Ano bang kailangan kong gawin?"

"Buksan mo uli ang mata niya."

Iminulagat naman ni Rain ang mata niya. "Bukas naman ho ang mata ko."

Nailing na lang ang dalawa na parang nadismaya sa narinig.

"Baka hindi mo na kailanganin 'yang salamin mo kapag dumilat lahat ng mata mo sa katawan." Ani Manang Leah.

Umakyat ang kilabot sa katawan ni Rain.

'Gaano karaming mata ba ang nakikita ng mga 'to sa'kin?'

Sa kabutihang palad, nababasa lang daw ni Ashara ang nasa isip niya at naririnig lang din daw niya ang sinasabi nito sa tatlong pamamaraan: una.) kapag nakatingin sila sa isa't isa, pangalawa.) kapag magkalapit at magkahawak sila, pangatlo.) kapag emergency.

Ipinaliwanag na ni Ashara ang gagawin kay Rain bago sila nagpunta dito sa tindahan ni Leah. Pero pagtapak nila sa labas ay unti unting nawawala na naman ang alaala niya. Sabi ni Ashara baka raw kagagawan ng kapatid ni Ramiel.

Pamilyar ang pangalang nabanggit, kumirot pa ata ang puso niya nang marinig 'yon.

'Ano 'yon Rain? May sariling utak na rin ang puso mo at kumikirot kapag nakakarinig ng hindi kilalang pangalan?'

"Halika sa tabi ko." Utos sa kanya ni Ka Leah.

Inilapag muna ni Rain ang asong si Ashara sa lamesita bago sumunod sa matang babae. Nilingon niya pa si Ashara para malaman kung ayos lang ba dito ang pakiusap ng matandang babae.

'Sumunod ka lang Rain, andito ako.'

Nakahinga naman si Rain nang maluwag.

Hinawakan ng matanda ang magkabilang kamay niya.

"Tignan mo ang daliri niya sa kanang kamay, sa may palasingsingan, may marka r'yan." Paliwanag ni Ashara. "Kung tama ako kay galing sa anak ng diyos ang markang 'yan hindi ba?"

Tinignan naman iyon ni Ka Leah, pinagmasdan maigi. Pabalik-balik ang tingin sa mukha ni Rain at sa kamay nito.

Nang hawakan nito ang palasingsingan niya ay halos mangiyak-ngiyak siya sa sakit. Parang sinusunog ng apoy ang parteng 'yon.

"A-aray ko naman po." Hinila niya pabalik ang kamay.

"Mukhang magpapakita naman sa kanya ang anak ni Oyah, bakit kailangan mo pang ipabukas ang mata niya?" Ani Ka Leah bago tumingin kay Ashara.

"Kailangan kong makabalik sa dati, siya lang ang makakatulong sa'kin."

Napatango-tango na lamang ang matanda.

"Pumikit ka Marquiza, ipapakita ko sa'yo lahat ng dapat at hindi mo dapat makita."

'Ano raw?'

Nilingon uli ni Rain si Ashara. *'Pipikit lang ako? Baka mapunta ako kung saan ah?'*

"Sige na,"

Pumikit si Rain.

Hinawakan naman ni Ka Leah ang kamay niya at umusal ng kantang hindi niya maintindihan. Bawat salita ay parang malakas na tumatapik sa eardrums niya; nakakapangilo.

Mariin ang pikit ni Rain dahil hindi niya mapigilang dumilat tuwing parang nanghihina ang tuhod niya sa kanta nito. Parang hinahalungkay ang bituka niya.

'Rain.'

Nang magmulat siya uli ay may lalaking nakatayo sa harapan niya. Makapal ang kilay at pilik-mata, matangos ang ilong at manipis ang labing may nakasabit na hikaw.

Lagpas sa balikat ang itim na buhok, naka-kulay itim na t-shirt na may nakasulat na: Just do it. Naka-maong na pantalon na ripped ang tuhod. Kung ikakalkula ni Rain ang height difference nila ay mukhang hanggang balikat lang siya nito.

"Bakit ka nandito?" Tanong ng lalaki sa kanya. May halong tuwa ang boses nito pero pigil; ayaw iparinig.

"H-hindi ko alam." Ang sagot niya, bago humakbang paatras.

Nilingon ni Rain ang paligid, hinanap kung nasaan si Ashara at Ka Leah. Wala sila sa tindahan. Nasa loob sila ng isang studio na napapaligiran ng salamin, pati ang tinatapakang sahig ay salamin din.

Nang lumaganat ang sahig ay nilingon niya ang lalaki.

Humakbang ito palapit sa kanya.

"Rain." Tawag nito sa kanya nang makalapit.

Kalahating metro ang layo nila sa isa't isa.

Napatitig na lang siya sa pinaghalong kulay na asul at kayumangging mata nito.

"Rain ikaw ba talaga 'yan?" Tawag pa uli nito sa kanya kaya napahakbang siya paatras.

Tumama lang ang likod niya sa salamin. Inabot nito ang kamay niya, pumisil doon na parang naninigurado ngang nandoon siya.

"Uhm..." Napatitig si Rain sa kamay niyang hawak ng lalaki. "Sino ka ba?" Ang tanong niya rito bago ibinalik ang tingin sa mata nito.

Lalong kumabog ng malakas ang dibdib niya nang lumapit ito sa kanya.

Nanigas ang buong katawan ni Rain nang idampi nito ang labi sa kanya. Wala sa sariling napapikit na lang siya nang umawang ang labi niya at maramdaman ang malamig na bakal na hikaw nito.

Napamulagat si Rain nang igalaw nito ang labi, marahan na parang sinusubukan siya. Sa takot ay bigla niyang naibaon ang ngipin niya sa ibabang labi ng estranghero.

Naghiwalay ang labi nilang dalawa.

Mulagat pa rin si Rain.

'Oh shit, oh shit, wet dream ba'to? Hormonal stage? Ito na ba 'yung sinasabi nilang sexual awakening?'

Nagdudugo naman ang labi ng lalaki sa harap niya. Nakatingin pa rin sa kanya. Hindi kumukurap. Gusto na lang ni Rain lumubog sa kahoy na sahig at magtago, pero ni paghinga ata ay nalimot niya.

"Hindi ka totoo, hindi ka totoo, hindi 'to totoo." Kumbinsi niya sa sarili bago pumikit.

"Sorry, Rain. Hindi ko..." Nag-iwas ito ng tingin. Namumula ang pisngi dahil sa hiya.

Sa ganitong senaryo, dapat ay nabugbog na ni Rain ang lalaki sa harap niya ngayon. Nagwala na siya at sinisigaw ang hustisya dahil sa ninakaw niyang first kiss. Pero ni tuhod niya parang gusto bumigay. Hindi niya nga ata kayang masampal ito.

"Wet dream lang 'to, Rain. Baka malapit na period mo." Kumbinsi niya pa uli sa sarili bago napaupo sa kahoy na sahig.

"Baka nga wet dream lang 'to." Ani ng lalaki sa harap niya bago lumapit sa kanya at umupo sa sahig. Tumitig na naman.

Nag-iwas si Rain ng tingin.

"Kanina nandoon lang ako sa tindahan, tapos wet dream naman ngayon?"

Natawa ng mahina ang lalaki sa harapan niya.

Nang mahina ang lalaki sa harapan niya.

Nang ibalik ni Rain ang tingin dito ay nahagip ng mata niya ang labi nito. Wala na ang dugo roon, ni marka ay walang naiwan.

'Nananaginip nga ako.'

"Pambihira." Naiiling na ani Ramiel.

"Ikaw ba 'yung binabanggit nilang Ramiel?" Usisa niya rito.

Matagal silang nagtitigan.

"Ako nga." Sagot nito sa kanya.

Rain, Rain, Don't Go Away.

RAIN

"Hanggang kailan ako dito?" Tanong ni Rain kay Ramiel.

Wala kasi siyang makitang pinto sa loob ng studio nito. Puro salamin at gitara na nakahiga lang sa sahig. Sa sahig lang tuloy siya parating napapatingin at paminsan-minsang nagnanakaw ng tingin kay Ramiel.

"May pinto rito, kapag nahulaan mo kung alin d'yan, ibibigay ko lahat ng gusto mo."

"Talaga?"

Tumango si Ramiel. *"Para sa'yo."*

"Gusto kong yumaman." Nakangiting sagot niya, labas ang dimples uli.

Kunot ang noo nitong sumagot. "Wala akong money making factory."

Napahagalpak ng tawa si Rain. Nagbawas ng kaba para hindi mapansin ang pagkailang sa kasama. Lagi kasing bumababa ang tingin niya sa labi nito at iyong traydor niyang utak ay hindi pa nakaka-move-on sa madugong kissing scene kanina.

'Sayang akala ko pa naman magiging milyonaryo na ako pagkatapos kong magka-first kiss.'

"Asawang mayaman?"

"Ang bata mo pa para mag-asawa."

Sumimangot si Rain. Napatingin na naman siya sa mata nito.

Matagal silang natahimik.

Hindi tulad ng iba, komportable ang katahimikan bumabalot sa kanilang dalawa. Parang gusto pa ngang matulog ni Rain sa sobrang komportable.

"Sabihin mo na kung gusto mo ng umuwi."

Umiling si Rain tapos tumango bago umiling ulit.

"Ang gulo mo." Natatawang sabi ni Ramiel.

Kanina pagsalubong ng mata nila ni Ramiel parang pelikulang nag-play sa utak niya ang mga nangyari.

Kung paano at sila nagkita at kung ano ang huling nakita niya.

"Ano ka ba?" Litong tanong ni Rain. *'Magician? Genie? Engkanto? Sabi na talaga hindi dapat nahuhumaling ang mga tao sa mga ganito kagandang nilalang. Masyado silang peyborit ni Lord kaya kahit anong gawin nilang masama okay lang.'*

Napangiti naman si Ramiel. "Hindi ko alam kung paano ko sasagutin 'yan."

"Hindi mo alam o ayaw mo lang sabihin sa'kin?"

"Hindi naman sa ayaw, hindi lang pwede sa ngayon."

Pabirong ngumuso si Rain at nagkunwaring nagtatampo, kahit ang gusto niya talagang gawin ay umiyak na lang at magdasal na sana mali ang hinala niya. "Bakit hindi pwede ngayon?"

"Hindi mo kakayanin kung ngayon."

"Paano mo naman nalaman?" Tanong uli ni Rain. Naiinis na rin siya sa kakatanong.

"Alam ko lang."

Hindi nakasagot si Rain.

Mahinang natawa si Ramiel. "Ayaw mo na ba sa'kin?"

"Paano kita aayawan kung hindi naman kita nagustuhan?"

"Hindi nagustuhan." Ulit nito sa sinabi niya, nag-*'hmm'* na parang naghihinala. Tumitig sa mata niya. Makulit ang ngiti.

'Balat lang 'yan, Rain. Ipagdasal mo na lang na isa pala siyang anghel na pinadala para sagipin ka sa future thesis.'

Gumanti na lang ng irap si Rain. "Hindi ba talaga pwede? Siguro duwende ka 'no? Tapos ayaw mong sabihin sa'kin kasi liliit ka kapag sinabi mo."

Napamaang naman ito sa narinig bago malakas na natawa.

"Duwende pa talaga."

"Aba malay ko ba. Kapre? Manananggal ka ba?" Biglang kinilabutan si Rain nang maisip ang posibilidad na biglang mahahati ang katawan nito sa harap niya ngayon.

Katahimikan uli.

"Ano ka ba talaga?" Muling tanong ni Rain. *'Napipikon na 'ko makipagsuntukan na lang kaya ako dito nang matapos na?'*

Kahit takot talaga siyang malaman at ayaw niya pang marinig. Mali rin para sa kanyang hindi magtanong dahil halos kainin na siya sa pag-iisip niya sa mga posibilidad.

"Hindi ko na rin alam, Rain."

Umismid si Rain. "Paanong hindi mo alam?" *'Lang'ya existential crisis na naman ba?'*

Marami pa siyang tanong dito, pero hindi niya alam kung saan at paano sisimulan lahat; lalo na ngayong parang ayaw din naman nitong sagutin ang mga tanong niya. Parang umiiwas pero hindi.

"Alam mo bang magkadugtong ang buhay natin Rain?"

'Anong pinagsasasabi nitong magician na 'to?'

"Ha?"

"Parang soulmates." Simpleng paliwanag nito sa kanya. Humagpos sa buhok at inipit ang takas na hibla ng buhok sa likod ng tainga.

'Ang cool pa rin tignan sa kanya ng gesture na 'yon—wait soulmates?'

Parang lahat ng simpleng bagay ag gandang tignan kapag si Ramiel ang gumagawa sa paningin niya.

Wala sa loob na tinignan ni Rain ang kanang kamay niya. Naalala niya kasing tinititigan iyon kaina ni Ka Leah. At pinagpipilitan ni Ashara na may nakalagay daw na marka doon.

At naroon nga ang sinasabi ng mga ito na marka.

Simpleng kulay puting band na may *'Ramiel'* na pangalan sa gitna. Plain. Walang kahit anong magical o arte. Parang nandoon na 'yon ng matagal pero ngayon lang niya napansin.

"Anong ibig sabihin nito?" Usisa niya bago pinakita ang kamay. Tinuro niya ang marka.

"Wala akong alam d'yan ah." Tanggi nito.

Katahimikan uli.

Napapikit si Ramiel bago pumitik.

Napamulagat si Rain nang may lumitaw na sampung pirasong puting unan sa harap niya.

"Sabi na magician ka eh."

Naiiling na natawa si Ramiel. "Makatulog na nga muna."

"Matutulog ka sa mga 'yan? Bakit hindi na lang kama 'yung pinalitaw mo?"

"Kapag kama, parang iba na 'yung gusto kong iparating."

"Bakit kama lang naman 'yon ah?"

Nag-iwas ng tingin si Ramiel kay Rain. "Pambihira 'tong babaeng 'to."

Hindi na lang pinansin si Rain ang sinabi nito at nagtanong na lang uli.

"Paano ako? Hindi na ba ako uuwi? Dito na lang ako sa lamp kasama ka? Paano kapag nagutom ako?" Sunod-sunod na tanong niya rito.

Nilingon siya uli nito. "Anong lamp?" Takang tanong ni Ramiel.

"Genie ka hindi ba? Sabi mo kanina pwede akong humiling sa'yo kahit ano kapag nahulaan ko alin dito sa mga salamin ang daan palabas. Ibig sabihin nasa loob ako ng lamp mo."

Bumunghalit ng tawa si Ramiel sa narinig.

Nang humina ang tawa nito ay inabot nito ang pisngi niya. Gusto niya sanang lumayo pero hindi niya magawa. "Gusto mo bang hindi na ako makita uli?"

Umiling si Rain.

'Once in a lifetime chance na may makita kang genie at makapasok sa lamp niya.'

"Hindi ako genie." Sagot nito na parang nabasa ang ang nasa isip niya.

"Genie ka."

"Hindi nga."

Natawa na lang si Rain nang makitang kumunot ang noo nito. Naiinis na sa pagpupumilit niya.

Kaya iniba niya ang tanong. "Hindi na ba kita makikita ulit?"

Kita niyang napalunok ito. Parang kinabahan. Kumagat uli sa labi.

Kumurap si Rain para hindi na naman siya dalhin ng imagination niya sa lugar kung saan hindi dapat pinupuntahan kapag dadalawa lang kayo ng subject of imagination mo.

"Makikita pa naman, kaso baka matagalan."

"Bakit?"

"Grounded ako."

"Ano ka beef?"

Natawa sila parehas. Medyo nasobrahan ata dahil halos maiyak sila parehas sa kakatawa. Nabaliw na ata.

"Bakit ka grounded?" Tanong ni Rain na nagpipigil bumunghalit ng tawa.

"Para maging giniling."

Mas lalong lumakas ang tawanan. "Tama na." Halos hindi makahingang sabi ni Rain bago itinaas ang kamay.

"Seryoso na. Bakit nga?" Tanong niya uli. Hindi na binabanggit ang 'grounded' para bumalik sa katinuan.

"Kasi hinalikan kita."

"Wow, I feel so powerful."

Tawanan na naman.

Natigil lang sila nang sumakit na talaga parehas ang tiyan nila at napasalampak sa sahig. Parehas namumula ang mukha at may luha sa gilid ng mata.

"So..." Tumikhim si Rain at pinilit mag-seryoso. "Grounded—Huwag kang tumawa!" Saway niya nang makitang tatawa na naman ito. Kinagat na lang ni Ramiel ang ibabang labi at tumango.

"Grounded ka kasi hinalikan mo 'ko? Bakit?"

Tumikhim si Ramiel. "Medyo komplikado, Rain. Baka sumabog utak mo kapag pinaliwang ko sa'yo ngayon."

"Iyong tiyan ko sumabog na kakatawa, mamaya 'yung pantog ko naman. Tapos sasabihin mo sa'kin baka sumabog ang utak ko?"

"Kawawa namang lamang-loob mo Rain."

Hindi na napigilan ni Ramiel na matawa uli.

Kunot ang noo ni Rain, pinipigilang sumabay dito dahil masakit na talaga ang tiyan niya.

"Sabagay, pwede kitang kasuhan ng sexual harassment sa ginawa mo."

Tuloy lang ang tawa ni Ramiel. Hinampas niya nga sa braso nang matigil.

"Tama na oy, kakabagin ka niyan."

Tumigil naman ito pagtawa. "Okay na."

"Ayaw ko pang umuwi." Pag-amin niya rito.

Gusto niyang batukan ang sarili sa narinig. Hindi naman kasi niya dapat sasabihin 'yon ng malakas pero kasi…

Hinintay ni Rain ang sagot nito, pero wala. Hinawakan lang nito ang kamay niya at humiga sa sahig, ipinatong ang ulo sa unan. Pinisil-pisil nito ang kamay niya.

Gusto niya sanang humiga rin pero naaaliw siya sa pagtingin kay Ramiel. Kapag lumapit siya, baka matunaw na lang siya.

"Higa ka." Aya nito bago tumapik sa unan na katabi.

Sumunod naman siya. Pinabayaan nitong hilahin niya ang kamay pabalik at inayos ang unan bago humiga.

Magkatapat na sila ni Ramiel.

Magkatitigan.

"Patay ako kay Sunny kapag nakita niyang nandito ka."

Kunot ang noo niyang nagtanong. "Sinong Sunny?"

"Kapatid ko."

"Ah. Pero wala ka namang kasalanan. Hindi ba si Ka Leah ang nadala sa'kin papunta rito? Iyon, siya sisihin mo."

"Hindi ah. Ako ang humiling na mapunta ka dito sa tabi ko."

Nag-init ang pisngi ni Rain.

Natutuwa siya sa narinig pero binalot siya nang kaba nang mapagtanto ang nangyari.

"Kilala mo ba si Ashara?"

"Oo."

Hindi alam ni Rain kung magandang balita ba 'yon o hindi. Alinman sa dalawa, hindi na niya problema ang mangkukulam na 'yon ngayon.

"Kilala mo ba sinong nagsumpa kanya?"

"Hindi ko pwedeng sabihin, bawal banggitin ang pangalan ng isang diyos na wala dito sa kalupaan ni Gaia."

"Bakit?"

Napangiti si Ramiel. "Sa susunod ipapaliwanag ko sa'yo lahat-lahat."

"Hindi talaga pwede ngayon?" Pangungulit niya pa uli.

"Hindi pa, I'll tell everything soon. After nitong parusa sa'kin. 'Tapos pupuntahan kita, I'll kiss—"

"Anong kiss?"

Napatawa na lang si Ramiel nang kumunot ang noo ni Rain. Ngumuso pa ito ng kaunti.

"Tapos maaalala ko lahat kapag hinalikan mo 'ko?"

Tumango ito. "Yeah."

"Hindi ba pwedeng hawakan mo na lang ang kamay ko?"

"Hindi eh, kailangan may kiss." Kumbinsi pa nito sa kanya.

Napasimangot na lang si Rain. "Bakit feeling ko nagsisinungaling ka sa'kin?"

Napabunghalit naman ng tawa si Ramiel.

"Hindi ah." Tanggi nitong nakangiti pa rin. *'Sus gandang-ganda talaga ata 'to sa'kin.'*

Simangot pa rin si Rain nang sumagot. "Gusto mo lang talaga chumansing uli."

"Hindi kaya." Tanggi ni Ramiel.

Parehas silang napatulala sa isa't isa. Namumula ang pisngi at nagpipigil ng ngiti.

"Rain." Tawag nito sa kanya.

"Ano?"

"Alam mo bang," Binitin nito ang susunod na sasabihin bago inabot ang pisngi niya at humaplos doon.

Hinila nito ang salamin niya.

"Anong—" Pagpoprotesta niya.

"Lahat tayo magkakarugtong."

Lumapit si Ramiel sa kanya bago yumakap.

"Salamat, Rain." Bulong nito sa kanya. "Salamat."

Naguluhan naman siya sa sinabi nito. Napapikit na naman siya nang kumirot sa sakit ang sintido niya, hindi na niya nasambit ang itatanong niya sana. *'Bakit parang hindi na tayo magkikita kung makapagpasalamat ka?'*

Pagmulat niya.

Malinaw na ang lahat kahit wala siyang salamin.

Pero hindi malinaw sa isip niya kung anong nangyari.

Wala na siya sa studio.

Wala ng Ramiel sa tabi niya.

Nasa loob na siya ng bahay nila uli, walang nakaabang na aso o nanay niya.

Matingkad pa rin ang sikat ng araw sa labas.

Pagtila

RAIN

Sa pagtila ng ulan,

Naghiwalay tayo.

At sa pagbuhos uli nito

Hindi na tayo muling nagtagpo

Malupit ngang talaga si Tadhana

Dahil sa t'wing pilit kong alalahanin ka.

Wala na akong makita.

Pagbalik ni Rain sa school ay wala na ang punong nakatagilid sa tapat ng building nila. Ni pinagputulan ay walang makita, kahit ugat o naiwang espasyo kung saan 'yon nakabaon ay walang naiwang bakas.

Parang walang punong nabuhay roon.

"Did you bring an umbrella, Rain?" Tanong sa kanya ng kaklaseng si Feliz. Kaka-transfer lang nito noong nakaraang linggo. Medyo nagtataka pa nga siya kung bakit sa lahat ng pwedeng kaibiganin nito ay siya pa ang naisipang lapitan.

Umiling siya bago sinagot ito ng, "Hindi."

"What are you looking at?" Tanong uli nito bago sinundan ang tingin niya sa kawalan—kung nasaan ang puno ng niyog noon.

"May puno d'yan noon e, biglang nawala." Kwento niya rito habang nakatingin pa rin sa pwesto no'n.

"Wala namang puno d'yan dati pa, Rain." Sabat ng isa nilang kaklaseng si Mia. "Nananaginip ka yata ng gising." Natatawang ani pa nito bago pumasok sa classroom nila.

Nilingon naman ni Rain si Feliz. "Meron talagang puno d'yan." Kumbinsi niya pa rito. "Or baka nga panaginip lang 'yon."

"I believe you." Sagot naman sa kanya ni Feliz. "Have you eaten lunch yet?" Tanong nito.

"Iyong tinapay lang kaninang breaktime, tinatamad ako kumain e."

"Why naman?"

"Wala, tinatamad lang ako kumain." Paliwanag niya rito bago umupo sa sahig at sumandal sa poste ng building.

Hindi niya nga maipaliwanag sa sarili niya kung bakit parang ang lungkot at ang bigat ng pakiramdam niya nitong nakaraang linggo. Naisip niya na lang, baka kasi namimiss niyang manood ng TV Series nang walang tulugan o baka dahil umulan nung first day of school at nahirapan siyang umuwi ng bahay nang araw na 'yon kaya tamad na tamad siya.

"Is it because of the research paper?" Tanong sa kanya ni Feliz na parang nabasa ang nasa isip niya.

Tamad siyang tumango. "Ta's alam mo 'yung binigay ni Sir Pintuan na activity?" Tukoy niya pa sa activity na binigay sa kanila, hanggang ngayon hindi pa rin nagkakaugat 'yung munggo niya kahit anong hintay niya. Malapit na ang deadline ng laboratory activity nila.

"Yeah, I'm finished on that one though." Sagot naman ng kaklase niya.

"Sana ol."

Hindi na siya kumain ng lunch hanggang sa mag-ring ang bell.

—

"Dad?" Tawag niya sa ama nang madatnang gising pa ito at nakaharap sa laptop nito.

'Trabaho na naman.'

Isinarado naman ng tatay niya ang laptop bago inilapag sa center table. "Oh bakit?"

"Wala lang."

"Ano nga?" Pilit nito sa kanya. Seryoso ang ekspresyon.

Laging gano'n ang tatay niya, pero mas maluwag naman ito sa kanya kaysa sa nanay niya. Mukha lang strikto pero hindi naman talaga. Hindi tulad ng nanay niyang palangiti pero terror talaga.

Kaya mas takot siya sa nanay niya kaysa sa tatay niya.

"Oy kakain na tayo!" Tawag sa kanila ng nanay niya bago nag-muwestra na pumunta sila sa kusina.

"Sarap ng luto ko!" Malaki nito sa kanila. "Mapapasarap ang kain natin."

Nang bumalik ang tingin ni Rain sa tatay niya ay nakatingin pa rin ito sa kanya na parang hinihintay pa rin ang sasabihin niya.

"Wala po talaga, 'Ddy."

"Okay."

Nakangiting lumabas ng kusina ang nanay niya at hinila sila sa braso ng tatay niya. "Ano bang pinaguusapan niyo at mukha kayong matatae?"

"Kakain na tayo, hal." Sita naman ng tatay niya sa nanay niya. "Pang banyo pa 'yung sinasabi mo."

"Eh ano bang usapan niyo?"

"Wala naman." Tipid na sagot ng tatay niya.

Napangiti na lang si Rain nang simangutan ng nanay niya ang tatay niya. "Na-miss ko pagiging taong bato mo."

"Bato?" Takang tanong naman ng tatay niya.

Sabay silang umupo sa upuan ng tatay niya nang bitawan sila ng nanay niya.

"Ano kasi 'Ddy, shabu talaga ibig sabihin ni Mommy—Adik kasi siya sa'yo."

Sumutsot ang nanay niya. "Oy! Hindi!" Tanggi nito.

Mukhang lalong naguluhan ang tatay niya.

"Kanino kaya namana ni Rain 'yung pagiging alaskador?" Takang tanong ng tatay ni Rain.

"Hindi sa'kin." Tanggi ng nanay niya bago umupo sa upuan at nagsimulang ipagsandok ng kanin ang tatay niya.

"Ako na." Pigil ng tatay niya rito.

"Ako na, baka tipirin mo na naman 'yang kain mo."

"Ako na nga."

Hindi naman nakinig ang tatay niya at tumuloy ito sa pagsandok.

"Mommy ako po?"

"Malaki ka na, Rain." Pagsusungit nito sa kanya.

"Daddy." Sumbong niya naman sa ama.

"Malaki ka na." Sang-ayong sagot ng tatay niya.

"Ang daya!" Kunwaring maktol niya.

Pabirong inirapan siya ng ina. "Balang araw, ipagsasandok mo rin ang asawa mo."

"Balang araw, ipagsasandok ko rin ang anak ko." Banat niya pabalik.

"Nako, lalaking kunsintidor."

Mahinang natawa na lang sa kanila ang tatay niya. Nagsimula na silang kumain.

"Jak en poy kung sinong magliligpit." Ani ng nanay niya nang matapos silang kumain.

"Ako na." Boluntaryo ng tatay niya bago tumayo.

"Ang bait mo talag—"

"Ikaw ang magbabanlaw." Dagdag ng tatay niya bago tinignan si Rain.

Bago tumingin naman ito sa nanay niya. "Ikaw na ang magtutuyo, kamahalan."

"Bakit kaya hindi ako nagkaroon ng kapatid?" Parinig niya sa magulang.

"Ayaw kasing napapagod ng tatay mo." Sagot naman ng nanay niya.

Imbes na ang nanay niya ang mahiya ay siya ang namula ang pisngi.

"Grabe, wala talagang puso 'yang tatay mo Rain. Kahit anong pilit ko ay ayaw niya!"

Tinignan niya ang reaksyon ng tatay niya pero blangko—parang wala itong narinig habang naghuhugas ng pinggan.

"Gusto mo ba ng kapatid Rain?" Tanong pa ng nanay niya sa kanya bago bumulong ng, 'Sabihin mo oo!'

"Daddy bakit ayaw mo 'ko bigyan ng kapatid?"

"Wala kasi ako parati rito sa bahay para bantayan ang Mommy mo nung pinagbubuntis ka niya kaya—"

"Malaki na si Rain!" Kumbinsi ng nanay niya bago kumapit sa braso ng tatay niya.

"Baka mahirapan kang manganak." Malambing ang tono ng boses ng tatay niya bago tumingin sa nanay niya.

Tumabi si Rain sa tatay niya sa pangalawang sink at nagsimulang banlawan ang mga nasabong pinggan.

"Ba't ba natin 'to pinaguusapan sa harap ng bata?" Dinig niyang tanong ng tatay niya.

"Hindi na bata si Rain, tsaka balang araw makakahanap siya ng mapapangasawa niya at ayaw kong maging clueless siya."

"Hindi ba sabi ko sa'yo gusto ko magkaroon si Rain ng kapatid nung nag-limang taon na siya?"

"Oo nga, pero hindi pwedeng iiwan kita parati rito sa bahay. Nag-aaral si Rain. May trabaho ka rin ngayon at kailangan mo 'yung nakakabyahe ka, mahirap bumyahe kapag buntis lalo na kapag wala kang kasama. Ayaw mo bang mas malaya ka ngayon na malaki na si Rain?"

"Iyon na nga eh, may babysitter na tayo."

Kumunot ang noo ni Rain sa narinig sasagot pa sana siya pero naunahan siya ng tatay niya.

"Hindi naman pwede 'yon, kawawa si Rain. Hindi naman natin binuo si Rain para maging yaya ng kapatid niya." Katwiran ng tatay niya.

'Thank you Daddy!'

"At saka balak ko rin mag-work from home ngayon kaya hindi mo na kailangan mag-alala–"

"Mamaya natin 'to pagusapan."

"Sa kwa–"

Hindi na nalingunan ni Rain ang paghalik ng tatay niya sa nanay niya para matahimik.

—

Nang matapos silang maghugas ng pinggan ay naisipan ng nanay niyang manood ng pelikula habang nagsisiksikan sila sa sofa. Nasa pagitan nilang dalawa ang tatay niya.

"Noon daw pero hindi naman nanonood." Tukso sa kanila ng tatay niya.

Pareho kasi silang sumiksik sa balikat ng tatay niya tuwing may nakakatakot na scene.

"Nakakatakot kaya." Halos sabay nilang sabi ng nanay niya.

"Romance na lang, 'yung wholesome."

"Meron ka bang wholesome lang at walang—"

"Action na lang or Barbie." Putol ng nanay niya sa tatay niya.

"Sige, tama, Barbie para kay Rain." Sang-ayon ng tatay niya.

"Wala, Dad. Ayaw mo ba ng Little Mermaid?" Pigil ang tawa ni Rain nang magtanong.

"Huwag na lang tayo manood." Pigil ng nanay niya nang tumayo siya ng sofa para kunin ang remote ng TV.

"Mag-kwentuhan na lang tayo."

Pinatay na lang ni Rain ang TV at bumalik sa sofa.

"Sige Mommy, kwento ko sa'yo 'yung research paper namin."

"Huwag 'yun! Stressed na nga ako sa'yo makita palang kitang nagpupuyat d'yan. Wala ka bang crush sa school?"

"Anong crush? May crush ka na Rain?" Tanong naman ng tatay niya.

Umiling naman siya. "Wala nga, 'Ddy."

"Bakit? Akala ko may mga artista raw sa school niya na nag-aaral? Bakit wala kang crush?"

"Wala talaga."

"Mabuti 'yan, pero huwag ka masyadong magbabad sa aral. Magpahinga ka lang kapag pagod ka." Payo sa kanya ng tatay niya.

Tumango si Rain. Napunta ang usapan sa trabaho ng mga ito. Maya-maya pa ay umakyat na sila para makatulog.

Bago makatulog si Rain ay nag-vibrate ang phone niya. 'Ano na naman 'to? GC?'

Pero pagkatingin niya naman ay notification lang ng birthday ng kaklase niyang si Feliz.

'Birthday Party at Feliz's.' Ang title. Tapos ang description ay, *'Hanap ka na ng palusot.'*

His Name

RAIN

Tulala sa malayo,

Nakatingin sa'yo.

Hindi makalapit

Masakit man kumapit,

Sa pag-asang balang araw,

Ako at ikaw,

Magkasama araw-araw.

Mainit ang araw sa labas at sumasakit ang balat ni Rain sa mga kaklase niyang nasa ilalim ng araw na masayang nagkukwentuhan. Nakadungaw naman sila ni Feliz sa may railings at nakatanaw sa mga kaklaseng feeling nasa beach kung makapag-sunbathing.

"*Rahz really*—I mean It's so hot these past few days 'no? It's not even dry season anymore."

"Lakas ng trip ng mga 'yan." Puna niya sa mga kaklase niyang nagbibilad sa ilalim ng araw.

"Where are your glasses today? I just noticed you're not wearing them."

Takang tinignan niya ito. "Ay, oo nga 'no?"

Bukod sa hindi maipaliwanag na lungkot nitong mga nakaraang linggo ay hindi niya rin alam kung paanong biglang nakakakita na siya nang walang salamin. Hindi pa sila uli nakakapuntang doktor ng Mommy niya para malaman kung anong totoong nangyari.

Hindi niya alam kung dapat ba siyang magpasalamat dahil nakakakita na siya uli o malulungkot siya dahil sayang 'yung frames niya. Sa sobrang sanay niyang nakasalamin ay bumili siya ng anti-radiation glasses pero nakakalimutan niya naman isuot minsan.

"You look nice pa rin naman–ay wait! My birthday's coming up! You'll go with me right?"

'Ah shit, oo nga pala.'

"Wala akong regalo."

"I have my cousins for that."

Sa totoo lang ayaw niya talaga magpunta dahil pakiramdam niya ma-a-out of place lang siya ro'n dahil malamang puro yayamanin ang imbitado, tapos baka hindi pa siya masyado ma-entertain nito.

Wala rin siyang maayos na damit kung sakali.

"I want you to go, please?" Kumbinsi pa nito sa kanya.

"Ayaw ko, baka ma-OP lang ako ro'n tapos wala pa akong gift sa'yo."

"I don't need a gift and I actually want to introduce you to my cousins."

"Bakit naman? Rereto mo 'ko?" Natatawang tanong niya rito.

"If you want?"

"Joke lang."

Ngumiti ito sa kanya. "My favorite band would be there too, I want you to see them."

"Mahilig ka pala sa banda? Anong name?"

Hindi pa sila masyadong close ni Feliz pero masaya siyang gusto talaga siya nito kaibiganin. Akala niya nung una magiging tulad lang din ito nila Mia at Kylie na typical spoiled brats. Buti na lang mabait itong si Feliz kahit 'di sanay magtagalog.

"SeaSonS." Sagot nito sa kanya. "One of my cousins play the guitar kaya I like them very much."

Napatango na lang siya rito. "SeaSonS?" 'Saan ko ba narinig 'yon?'

Hindi na siya nakapagtanong nang mag-ring ang bell. Eksaktong pagkapasok naman nila ay kumulimlim ang langit.

Mabuti na lang at malayo si Rain sa may bintana kaya hindi na sila alala magsarado kung sakaling umulan man.

Nang uwian naman, tinanong siya uli ni Feliz kung pupunta siya sa birthday party nito.

"Nakakahiyang magdala ng walang gift."

"I told you it's fine!"

"Please? I promise it'll be worth it."

At sumuko na lang siya at tumango. "Okay, sige."

Yumapos ito sa kanya. "Yehey! May kasama na me mag-shopping!"

"Wala akong budget."

Sinimangutan naman siya nito. "Hindi mo need ng budget, ako na bahala."

"Ano ba—"

"Hush." Saway nito sa kanya bago isinandal ang ulo sa balikat niya habang nakayakap pa rin sa braso niyang sumabay sa paglalakad.

—

Saturday.

Laging late si Rain nagigising tuwing Saturday para bumawi ng tulog. Sa kasamaang palad, hindi siya makakabawi ngayon dahil kailangan niyang gumising para sa shopping nila ni Feliz.

Akala niya nga mga hapon sila magsisimula pero sinabihan siya ni Feliz na susunduin siya nito ng alas ocho ng umaga.

Eksaktong alas ocho nga ito dumating. Nakaabang na ang sasakyan nito at nakabukas na ang pinto sa passenger seat, nasa entrada si Feliz na naka-pajama top at jeans.

"Let's go." Hinila siya nito papasok ng kotse at sinarado ang pinto. "Did you tell your mom that you're not going home til midnight?"

"Hindi ba uuwi ako para magbihis?"

Umiling ito. "Oh no. Sabay tayong mag-p-prep at pupuntang venue."

Napa-oh na lang siya. Alam naman na ng nanay niyang birthday ni Feliz, i-t-text na lang niyang hindi na siya makakauwi mamayang hapunan.

"May take-out ba 'ko?"

"Sure."

"Sabi rin pala ni Mommy punta ka minsan sa bahay, movie marathon daw tayo."

Nung nabanggit niyang may mabait siyang kaklase sa nanay niya, lagi na siyang kinukulit nitong papuntahin sa bahay nila. Hindi siya maka-timing, kaya ngayon na lang niya sinabi.

Mukhang masayang-masaya naman ito sa narinig. "Really? Yehey!"

—

Off shoulder violet dress na lagpas sa talampakan ang napili niyang damit, iyon din ang pinili niya kasi 'yun ang pinakamura sa napiling store ni Feliz. Silver fitted dress with sweetheart neckline naman ang napili nitong damit.

"We're so pretty." Komento ni Feliz bago tumingin sa tapat ng salamin.

Pagkatapos nilang mamili ng damit ay dumiretso sila sa sapatos naman ang hinanap nila. Hindi siya mahilig mag-shopping pero medyo naiintindihan na niya kung bakit maraming nahuhumaling do'n.

Nawili siya sa mga nakikita niyang sapatos.

"How about this one?" Turo ni Feliz sa black stiletto shoes na nakita nito.

"Ayaw mo ng silver din?"

"Too silvery. I don't want my outfit to outshine me, it's my birthday not fashion week."

Napatango na lang siya at sumunod na lang dito.

Lagpas alas doce na sila nag-lunch kakahanap ng kaibigan niya ng sapatos. Eksaktong hapon sila nakarating sa hairdresser at nagpaayos ng buhok. At halos alas seis na nang matapos ang make-up.

Hindi alam ni Rain kung bakit kabado siya nang papalapit na sila sa venue kahit hindi naman siya ang celebrant. Siguro dahil naisip niya kung gaano karaming tao ang nandoon at kung anong iisipin ng mga ito kapag nakita siyang kasama si Feliz.

'Sino ba naman ako 'di ba? Pero 'di ko rin naman sila kilala so fair lang.'

"Happy birthday, Feliz." Bati niya rito bago niya pa makalimutan.

"Thank you, Rain."

Naunang bumaba ng sasakyan si Feliz. Nang makababa siya ay sa kanya ito kumapit. Nagsimula silang maglakad sa red carpet papasok sa loob ng garden na napapalibutan ng fairy lights.

Sinalubong agad ito ng mga bisita.

Nang mapansin nitong hindi niya trip mapaligiran ng mga tao ay bumulong ito sa kanya, "Go to my cousins' table, 'yung mga nakasuot ng gold tie. Tell them your name and they'll know who you are."

Ayaw niya sanang humiwalay dito pero wala siyang choice kun'di ang sumunod at hanapin ang mesa ng pinsan nito.

'Gold tie, gold tie.'

Ilang mesa rin ang tinignan niya bago napunta sa grupo ng mga lalaking nakaupo sa table na may kalayuan sa center stage kung saan nakaupo si Feliz.

Nilingon niya si Feliz sa stage pero busy ito sa pakikipagusap sa MC.

Lumapit siya sa table ng mga pinsan nito at nagpakilala nang mapansin siya ng isa sa mga ito.

"You're Rain right?" Usisa sa kanya ng isa sa mga ito, kulay abo ang mga mata nitong nakatingin sa kanya. "Nice to meet you!"

Tumango naman siya. "Hello po."

Napasinghap siya nang magsitayuan ang lalaki at inalok na umupo siya.

'Grabe naman 'tong mga 'to.'

"Hala, thank you po." Umupo siya sa katapat niyang upuan.

Mabilis na napadpad ang mata niya sa katapat na cupcake tower na nasa gitna ng mesa.

"I'm Rahz." Pakilala ng katabi niya. Mukhang nasa late 20's na ang edad, nakatupi ang sleeves ng suot na puting long sleeve shirt at litaw ang solar system geometric tattoo sa kanang braso. Makikipag-handshake sana ito pero nagbago agad ang isip at nag-fist bump na lang.

"Ray." Pakilala naman ng lalaki sa kaliwa niya. Una niyang napansin ang goatee nito kaysa sa kulay asul na mata. Tulad ni Rahz, naka-long sleeve shirt din pero hindi naka-black slacks kun'di tan chino shorts.

"Rioz." Iyong nasa tapat niya ang nagsalita, kahawig ni Ray pero mas mukhang bata dahil walang goatee. Mas chubby rin ang pisngi kaysa kay Ray. Ito lang yata ang may suot na dark blue short sleeve shirt, halos lahat ng pinsan ni Feliz naka-white long sleeve.

'Magkapatid kaya sila?'

"Rashel." Iyong katabi ni Ray naman ang nagpakilala. Kulot ang buhok nito at kayumanggi ang balat. Berde ang mata. Sa lahat ng pinsan ni Feliz ito ang pinaka-approachable tignan dahil sa lawak ng ngiti.

"Roki." Pakilala ng katabi ni Rahz. Mukhang thirteen years old ito at may dimples sa magkabilang pisngi, walang kangiti-ngiti itong tumingin sa kanya.

'Mukhang masungit 'tong batang 'to.'

"We're brothers." Paliwanag sa kanya ni Ray. "Medyo, brothers. Si Rahz hindi namin 'yan kilala bigla na lang 'yan nakiupo rito." Natatawang dagdag pa nito.

"Ah gano'n? Sige, magkalimutan na lang tayo." Kunwaring nagtatampong sabi ni Rahz.

"Nga pala Rahz nasaan si Rami?" Tanong ni Ray dito.

"Ewan ko, baka hindi na dumating."

"Bakit?" Usisa naman ni Rioz. "Sino ang tutugtog ng gitara mamaya?"

Pabalik-balik lang ang tingin ni Rain sa dalawang katabi niya habang panay ang kuha niya sa cupcake sa gitna ng mesa. Inabutan pa siya ni Rioz ng baso ng tubig.

'Thank you.' Bulong niya nang magkasalubong ang tingin nilang dalawa.

Tumango lang naman ito at bumalik sa panonood sa performance sa stage. May bisitang kumakanta ng love song para kay Feliz.

"Mga p're, darating daw si Ulan." Anunsyo ni Rashel na nakatingin sa cellphone tapos iniharap ang screen sa kanila.

Lahat sila ay napunta ang tingin dito.

'Ulan?'

"Si Ramiel." Sagot ni Rashel na parang narinig ang sinabi niya.

Nang marinig 'yon hindi alam ni Rain kung bakit bigla siyang kinabahan.

Ambon

RAIN

T'wing tinitignan kita,

Pakiramdam ko ikaw na talaga.

At sa bawat pagpatak ng ulan,

Lumabo man ang lahat sa paningin ko.

Matakpan man ng hamog ang salamin ko

Malinaw naman ang nararamdaman ko para sa'yo.

Hindi alam ni Rain kung anong nangyari ng mga sumunod na oras na nasa loob siya ng venue, busy kasi siyang kumain, parati pa siyang inaabutan ni Rioz at Ray ng pagkain kapag nagkakatinginan sila, ayaw naman niyang tanggihan.

Si Rashel at Rahz ang abala sa pagkukwentuhan habang si Roki naman parang hindi sila nakikita dahil abala sa paglalaro sa cellphone.

Nang mabusog siya sa pagkain ay tumayo siya at nagpaalam kay Rioz na magpapababa muna siya ng kinain. *'Maiimpatso yata ako kakakain dito.'*

"Gusto mo ba ng kasama?" Tanong nito sa kanya. "I mean—delikado kasi medyo lasing na 'yung iba rito."

'Grabe ang bait naman nito.'

Napangiti siya bago umiling dito. "Naku hindi na, d'yan lang naman ako tapos balik uli ako pag nagbigay sila ng dessert."

"Okay, sigaw ka lang ng *'Darna'* pag kailangan mo ng tulong."

Tinignan niya si Feliz na may kasayaw na ngayon, mukhang naramdaman naman nito ang titig niya kaya napalingon sa kanya.

Sumenyas siyang lalabas muna siya. *'Doon muna ako.'* Tumuro pa siya sa likuran niya.

Nangunot ang noo nito bago tumapik sa kasayaw at nagpaalam. Lakad-takbong lumapit sa kanya. "What is it? Uuwi ka na? Inaway ka ba nila Rahz?"

Natatawang umiling siya bago napahimas sa tiyan. "Nabusog ako ro'n sa pasta at seafood, maglalakad-lakad muna 'ko bago 'ko ma-jebs dito sa party mo."

"Oh…" Napatango ito. "Okay. Pasamahin mo kaya si Roki sa'yo? Or Kuya Rahz?"

"Naku huwag na!" Tutol niya. "Babalik ako pramis, papahatid pa 'ko sa'yo e. Tsaka 'di ko pa natitikman 'yung chocolate cake mo."

"Okay, balik ka ha? Andun lang si Fanni sa labas." Banggit pa nito sa maskuladong guard na nakatayo sa may entrance,

"Oo na, balik ka na ro'n sa kasayaw mo baka isipin no'n ako 'yung type mo e." Mahina niya pa itong tinulak.

Nakinig naman sa kanya si Feliz at bumalik na sa kasayaw nito. Nilingon siya nito sa huling pagkakataon, sumenyas siya uling lalabas na siya bago tumalikod.

Malawak pa rin ang garden sa labas ng event hall, sa malayo ay may makikitang benches na pwedeng upuan. Umupo siya sa isa sa mga nandoon at napatingin na lang sa buwan.

"Oh bakit ka lumabas?"

Napapitlag siya sa narinig na nagsalita. Si Rahz pala ang nakasunod sa kanya.

"Iyong mga kapatid mo po kasi lagay ng lagay ng pagkain sa plato ko."

Napatango ito. "Pwedeng umupo?"

"Sige lang."

Umupo ito sa tabi niya, nag-iwan ng kaunting puwang sa pagitan nila.

"Ikaw po bakit ka po lumabas?" Tanong niya naman dito.

"Huwag ka na nga mag-po. Hindi naman ako sobrang tanda."

"Ay okay." Mabilis na sagot niya rito. Hindi rin naman siya sanay mag-po, pakiramdam niya kasi tunog sarcastic imbes na respectful.

"Better." Nakangiting sagot nito sa kanya. "Pero para sagutin ang tanong mo kung bakit ako nasa labas, ay dahil sa isa kong kapatid na hindi pa rin sumusulpot."

"Si Ramiel?" Usisa niya rito.

"Oo, siya nga." Nakasimangot na sagot nito bago hinila ang suot na necktie para paluwagan 'yon. "Hindi pa rin tuloy nasulpot 'yung mga kabanda niya."

"Ah siya pala 'yung nabanggit ni Feliz na pinsan niyang gitarista raw."

"Oo, kaso mukhang grounded na naman 'yon."

"Bakit naman?"

Nagbuntong-hininga ito. "Dahil sa babae."

"Babaero siya?"

"Hindi. Basta may ginawa lang siyang kasalanan dahil sa babae kaya ayon. Pero alam ko kasi dapat nandito pa rin sa sa party ni Feliz kasi nangako na si Kenley na tutugtog sila ngayon."

Napatango-tango na lang siya rito. Hindi naman niya kilala kaya hindi na siya magtatanong pa kung sinomang Ramiel o Kenley 'yon.

Mukhang dahil lang sa kinain niya kaya siya nagpapa-palpitate ngayon.

'Dahil yata 'yon sa crab meat at hipon, baka ma-hypertension pa yata ako.'

"Nga pala, kamusta si Feliz sa school?" Panimulang tanong uli nito nang hindi siya magsalita.

Kung hindi siguro siya kinakausap nito ngayon at hindi siya nginingitian mapapapgkamalan niyang supladong CEO sa Kdrama na kinaaadikan nila ng nanay niya.

"Okay lang naman siya." Simpleng sagot niya rito. "Hindi ko nga alam bakit niya ko kinaibigan e."

"Ayaw mo bang kaibigan ang pinsan namin?" Natatawang tanong nito.

Umiling naman siya. "Hindi naman, para lang kasing hindi siya 'yung type na nakikipagkaibigan sa middle class."

"Grabe ka kay Feliz."

"Eh kasi 'di ba? Gano'n pag mayaman laging parang nanakawan."

"Ang judgemental mo ro'n." Natatawang ani Rahz. "Pero madalas ngang gano'n 'yung iba. Buti na lang hindi kami gano'n. Kung nakita mo lang kung paano mambalibag ng tao 'yan si Feliz hindi ka maniniwalang tao siya."

Namilog ang mata ni Rain. "Nambabalibag si Feliz?"

Hindi niya maisip. Mukha kayang hindi makabasag-pinggan ang babaeng 'yon sa paningin niya. Ang hinhin pa nitong magsalita at kumilos.

"Sinasabi ko sa'yo, mas malakas pa kay Ray at Rioz 'yon."

"Grabe, hindi ko pa nakikita si Feliz magalit. Paano pa kaya kung nakita ko siyang mambalibag?"

Natawa na lang sila pareho.

"Bunso niyo ba si Roki?" Tanong niya nang maalala niya ang isa sa kapatid nito.

"Medyo—mukha lang 'yon bata talaga pero utak nobenta na 'yon."

"Mukha siyang thirteen years old."

Malakas na natawa ito sa kanya. "Gano'n talaga—sandali pwedeng patingin parehas ng kamay mo?"

"Ha? Bakit?" Naguguluhang tanong niya rito pero inilahad niya naman ang kamay sa harap nito.

Akala niya chachansingan siya nito tulad nung galawan nung mga kaklase niya nung JHS pero mukhang seryosong titignan lang talaga nito ang palad niya.

'Asa ka Rain.'

Sinipat nito parehas ang kamay niya.

"Manghuhula ka ba?" Tanong niya nang mapansin kung gaano ito ka seryoso sa pag-obserba sa kamay niya.

"Bwisit na 'yon lalaki 'yon ah." Bulong nito habang nakatingin pa rin sa kamay niya.

"Hala bakit? Nakita mo na ba ang mapapangasawa ko?"

"Okay na."

Ibinaba ni Rain ang kamay niya. "Anong nakita mo?"

"Huwag kang makikipag-usap sa kahit kaninong lalaki lalo na kapag umuulan mabo-brokenhearted ka lang."

"Wow ang specific naman no'n." Natatawang sagot niya rito bago napatingin sa sariling kamay.

"Seryoso." Dagdag pa nito at tumingin sa kanya.

Saksi ang buwan kung gaano siya nailang sa titigan nilang dalawa.

'Gwapo pala nito?'

"Nakita mo ba kung sinong mapapangasawa ko?"

"Hindi ako sigurado kung mapapangasawa mo 'yon pero kung siya na nga 'yon, magkakaroon kayo ng maraming anak."

"Wala bang clue d'yan kung anong itsura?"

Umiling ito bago ipinatong ang kamay sa tuktok ng ulo niya. "Rain, huwag kang masyadong paniwalain." Natatawang anito.

Napasimangot na lang siya. "Grabe, umasa na 'ko ro'n na marunong kang manghula."

Tawa lang naman ang isinagot nito sa kanya.

Umihip ang malamig na hanging tumama sa balat nila kaya napayakap na lang siya sa sarili. Ilang sandali pa at may maliliit na tubig ang pumatak sa balikat niya.

Napamura ng ilang beses ang lalaki sa tabi niya bago tinaas ang kamay sa ulunan niya para hindi siya maambunan. "Takbo bilis."

Sabay silang tumakbo papasok sa venue.

Humahangos na umupo silang dalawa sa upuan. Napatingin naman sa kanila ang mga naiwang kapatid nito. "Saan kayo galing?" Tanong ni Roki.

"Nagpahangin lang." Sagot ni Rahz. "Nakaka-suffocate kasi mukha niyo mukha kayong tae."

Malakas ang reklamo ni Rashel sa sinabi nito, samantalang nag-taas naman ng kilay si Roki at nang-insulto pabalik.

"Ba't medyo basa kayo? Naglaro ba kayo ng tubig?" Tanong naman ni Ray.

"Umambon kasi." Si Rain naman ang sumagot dito. Inabutan siya ni Rioz ng tissue na mabilis niya namang tinanggap. "Thanks."

"Nagalit ba si Rami?" Tanong ni Rashel kya Rahz. "Wala pa siya e."

"Paparating na 'yon." Ani Roki. *"And'yan na raw sa backstage sila Kenley."*

Memories

RAIN

Kung hindi ngayon, kailan?

Kung bakit, walang nakakaalam.

Kung tayo na,

Bakit parang ako lang.

Wala ng maalala si Rain sa party ni Feliz pagkatapos tumugtog ng SeaSonS. Siguro dahil para siyang lasing nang makauwi sa bahay, antok na antok siya unang kanta palang ng banda kaya hindi tuloy niya na-enjoy. Tapos nagkasakit pa siya dahil sa ambon.

"Wala ba silang ano, videos online na pwede kong panoorin?" Tanong niya kay Feliz habang nag-l-lunch sila sa cafeteria.

"I think they have, not sure though."

Napatango naman siya. "Ayon, pakinggan ko na lang mamaya."

Sa mga sumunod na linggo ay napapadalas ang pagpunta ni Feliz sa bahay nila. Lagi rin itong may dalang pagkain kaya walang reklamo ang Mommy niya tuwing pupunta ito ng walang pasabi.

Kilala na rin ito ng Daddy niya, ayos lang din naman dito ang pagpunta ni Feliz, bawasan lang daw ang girls talk nilang tatlo dahil hindi na ito makasali. Ang mga pinsan naman nito ay panay kamusta sa kanya sa chat.

Ipapakilala niya sana sila Black pero hindi pa siya handa na mamantsahan ang mundo ni Feliz.

'Hay nako, baka landiin lang nila 'tong si Feliz ta's ma-friendship over pa kami.'

Halos araw-araw na silang magkasamang dalawa.

Kapag inaabutan naman sila ng ulan sa school ay sinusundo sila ni Rahz o ni Ray. Hindi niya alam kung anong problema ng mga ito sa ulan pero hindi niya na lang din 'yon tinanong pa dahil 'di na niya kailangang mamasahe pauwi o magpasundo sa Mommy niya.

Buti na lang din at hindi sila inaabutan ng nanay niya tuwing hinahatid siya ng pinsan nito.

Hindi pa siya handa na magisa nito.

"Beshy!" Bati ni Feliz sa kabilang linya.

Napatingin na lang siya sa orasan. Alas once y media na ng gabi. Nananaginip na siya na mahahalikan si Captain America sa gitna ng ulan.

'Wrong timing naman nito.'

"Hello." Bati niya rito pabalik. "Anong meron? Istorbo ka sa panaginip ko." Reklamo niya pa rito.

Rinig niya ang mahinang tawa nito sa kabilang linya. "Sorry."

"Konti na lang makaka-score na sana ko kay Captain America tapos bigla ka namang tumawag. Emergency ba?"

"Captain America? The guy with the funny shield?"

"Oo siya nga nga."

Kakapanood nila ng movies every weekend kaya kung sino-sino na tuloy superhero ang napapanaginipan niya.

"I just got Kuya's email earlier."

Napakunot ang noo niya. "Anong meron? May cancer ba siya?"

"No!" Natatawang sagot nito. "He just asked where we're planning to enroll and he suggested a college na pwede nating pasukan."

"Ah." Ang naisagot na lang niya bago napahikab. "Hindi ko pa nga alam kung kukunin ko ba 'yung Architecture o Agri."

Sobrang bilis ng mga lumipas na araw, ilang buwan na lang malapit na silang gumraduate ng Senior High. Parang ngang ayaw niya munang mag-College kung sakali dahil 'di pa siya nakakabawi sa ipinuyat niya pero mas lamang ang takot niyang masermonan ng nanay niya kaya sabay sila ni Feliz na nagsisimula ng humanap ng eskwelahan.

"I thought you want to be an Architect?"

"Si Mommy 'yon."

"So you want the latter then?"

Napakamot na lang siya sa ulo. "Hindi rin ako sure, natuwa lang naman ako sa Botany natin."

"I can already imagine you in a rice field." Natatawang sabi pa nito sa kanya.

"Matulog na tayo." Aya niya rito bago humiga uli at nagtalukbong ng kumot.

"Wait!" Pigil sa kanya nito.

"Oh?"

"Pa-confirm ng friend request ni Kuya Rain."

"Sinong Rain?"

Sa ilang buwan nilang magkakilala, si Rahz, Ray at Rioz lang ang madalas niyang makausap sa mga pinsan nito. Paminsan-minsang nababanggit si Roki at Rashel pero 'di niya alam na may kapangalan pala siyang pinsan nito.

"Cousin ko rin."

"Ilan ba sila? Bakit andami mo naman yatang pinsan?"

Pero hindi nito pinansin ang tanong niya. "Accept mo na lang siya ha?"

"Bukas na."

"Okay, goodnight."

Pinatay niya ang phone at pumikit na uli.

Kinabukasan ay may account nga na nag-send sa kanya ng friend request. Hindi na sana niya papansinin kaso naalala niya si Feliz at ang pangalan nito: *Rain Merquizalen.*

—

"Nakausap mo na ba si Kuya?"

Iling lang ang naisagot niya habang nagrerewrite siya ng notes sa isang subject nila. Malapit na naman kasi ang exam nila. Sabay dapat silang nagrereview ni Feliz ngayon pero tinatamad daw ito kaya sa bahay na lang sila.

Sa library sana siya ng campus magrereview para hindi siya ma-distract. Pero pinilit siya ng kaibigan na huwag na lumabas ng bahay dahil uulan na naman daw.

"Sinong Kuya?" Ang tanong niya rito habang nagsusulat pa rin.

"Rain."

"Hindi pa. Hindi naman siya nag-message." Sagot niya rito.

"I though he messaged you already."

Napahinga na lang siya at napainat ng braso. Kanina pa siya nakayuko sa center table ng sala nila kaya pakiramdam niya hinampas siya ng hollow blocks sa likod sa sobrang bigat."Ano namang paguusapan namin ng Kuya mo?"

"Mara—" Naputol ang sasabihin nito ng malakas na mag-ring ang dala nitong cellphone.

"Hi, Kuya!" Bati nito sa tumawag.

Bumalik naman si Rain sa pagsusulat.

"Yeah, I'm here at Rain's as usual. Why Kuya?"

Narinig niyang napasinghap ang kaibigan niya kaya napatingin siya rito.

"Bakit?" Tanong niya rito.

Hindi siya sinagot nito at ibinaba ang cellphone sa kandungan. "Kuya's missing."

"Sinong Kuya?" Ang tanong niya uli rito.

"Si Kuya Rain!"

Wild Ride

RAIN

Ilang pag-ulan pa ba ang hihintayin para lumitaw ka?

Kailangan pa bang bumaha ng nararamdaman ko para magpakita ka?

| Balitang balita ang pagkawala ng buwan. Palaisipan pa rin sa mga siyentipiko kung paanong nawala ang buwan. Anong ibig nitong iparating sa atin? Totoo nga kayang ilusyon lamang ito at hindi totoo? |

Nailing na lang si Rain sa narinig na balita.

Kahit siya hindi niya maintindihan kung paano nawala ang buwan. Gaano ba kabilis makakatakbo ang bato sa kalawakan?

"Tignan mo nangyayari sa mundo ngayon, ano kayang dahilan niyan?" Tanong ng nanay niya habang inilalapag ang ulam nila sa mesa.

"Kinain ni Bakunawa." Sagot niya sa ina.

Hindi naman sumagot ang tatay niya at kumain na lang.

"Ikaw ba 'Ddy? Ano sa tingin mo nangyari?"

"Hindi ko rin alam. Pero baka nga kinain ni Bakunawa." Natatawang sagot nito bago nagtuloy sa pagkain.

Malungkot tignan ang langit kinagabihan dahil wala ang pamilyar na maliwanag na bato. May mga bituin pa rin pero mas lalong madilim ang paligid. Sabi ng mga kaklase niya gawa-gawa lang daw talaga 'yung buwan.

Iyong iba naman, baka ninakaw ng ibang bansa. Kung paano nangyari 'yon, Walang nakakaalam.

Naputol sa pag iisip si Rain nang mag-ring ang phone niya.

Akala niya si Feliz 'yon pero nakita niyang unknown number.

Ayaw niya pa sanang sagutin dahil baka wrong number, pero sinagot na niya dahil masyadong malakas ang ringtone niya.

"Hello?"

"Rain?" Sagot ng tao sa kabilang linya. Malalim ang boses.

"Sino 'to?"

"Pwede ka bang lumabas?"

Mabilis na kumunot ang noo ni Rain sa inis. "Masamang tao ka 'no? Tatawag ako ng pulis."

"Wait!" Pigil nito sa kanya. "Si Rain 'to 'yung pinsan ni Feliz."

"Weh?"

"Ako nga."

"Bakit ka sa'kin tumawag? Nag aalala na kaya sa'yo sila Feliz. Umuwi ka na ba?"

Narinig niya ang mahinang pagtawa nito. "Pwede ka bang tumingin sa langit ngayon?"

"May mata rin po ako at may TV kami sa bahay, alam kong nawawala ang buwan." Bagot na sagot niya rito.

"May napansin kasi ako, tignan mo lang saglit."

Sumunod na lang siya rito. "Okay na, nakatingin na 'ko."

"Tignan mo mabuti may makikita kang star formation na parang heart."

Nanliit ang mata niya at inilibot ang paningin sa kalawakan.

May narinig siyang binulong ng kausap sa kabilang linya pero hindi malinaw.

'Lakas talaga ng trip ng mga pinsan ni Feliz.'

Ilang segundo pa at nakita na nga niya ang sinasabi nitong heart. Maliit lang 'yon pero habang tinitignan niya ng matagal ay may nabubuo ngang hugis puso ang mga bituin.

"Oo nga 'no? Paano mo nakita 'yon?" Tanong niya rito pero wala siyang narinig na sagot.

Saglit na napatingin siya sa phone niya at nakita niyang wala na pala siyang kausap.

Mukhang nainip yata sa kanya.

Kinabukasan ay ibinalita sa buong mundo ang pagbalik ng buwan. Wala pa ring paliwanag kung paano ito nawala. Kasabay naman ng pagbalik nito ang pagkawala ng self-proclaimed prophets sa daan.

Tatay niya naman ang mawawala ng ilang buwan dahil sa bagong kliyente kaya sinusulit na nito ang bakasyon. Ang nanay naman niya ay mag-r-resign na raw sa trabaho, si Feliz naman nagpaplano na rin magtayo ng negosyo.

Kasing bilis ng pagbalik ng buwan ang pagiging abala ng mga ito.

Siya, gano'n pa rin—kailangan pa rin niyang mag-review para sa entrance exams.

"Kuya Rain's home." Balita sa kanya ni Feliz.

Isa pang misteryo ang pinsan ng kaibigan niya. Kahit ayaw niyang isipin ay parating sumisingit sa isipan niya kung sino ba talaga ito.

"Tumawag kamo sa'kin 'yung pinsan mo kagabi."

Natatawang tumango ito. "He told me. Kaso na-expire daw kasi 'yung load niya kaya ayon. He wants to call you again pero baka raw tulog ka na."

"Bakit pala niya ako tinawagan?"

"I think he's interested in you. I saw him looking at your posts last time."

Nagdududang tinignan niya ang kaibigan. "Luh? Bakit naman? Hindi naman niya 'ko kilala."

Pero imbes na sagutin siya ng kaibigan ay nakita niya kung paano unti-unting nagbago ang wangis ng kaibigan niya. Unti-unting nawala ang alon sa buhok nito at naging kulay itim, hindi na rin tsokolate ang kulay ng mata, iba na rin ang hugis ng ilong at labi.

Unti-unting nanlaki ang mata ni Rain kasabay ng pag-awang ng bibig.

"What the—" Kinusot niya ang mata niya pero hindi nagbago ang mukha nito.

Napalingon siya sa paligid para hanapin si Feliz.

"Nananaginip ba 'ko?"

Sinampal niya ang sariling pisngi.

"Uy!"

Inabot nito ang kamay niya at pingilan iyon nang balak niyang ulitin ang pagsampal uli.

Manghang tinignan ni Rain ang kulay ng mata ng lalaking nasa harapan niya. Asul at kayumanggi ang kulay—may ilang parte na parang kulay berde kapag nasisinagan ng liwanag.

"S-sino ka?"

"Si Ramiel."

Who

RAIN

Tama pala ang aking sapantaha,

Ikaw nga ang nag-kubli ng pagbaha

Nakakapagtaka

Paano ka nakapagtimpi nang tayo'y magkita?

"Ramiel?!"

Sa pagbanggit niya ng pangalan nito saka lang parang alon na humampas sa kanya lahat ng alaala na kasama ito. Nakangiti lang naman sa kanya ang lalaki. Habang siya ay nagdadalawang-isip kung tatakbo na ba siya o tatawag ng pari.

"Rain–" Tawag nito bago akmang uusog papalapit sa kanya.

Itinaas niya ang kamay para pigilan ito. "D'yan ka lang."

"Oh." Malungkot na anito. "Okay."

Napasapo na lang si Rain sa mukha niya at pilit iniintindi lahat ng nangyari. Humahanap ng sariling sagot kung sino—*ano* si Ramiel. Kung bakit parati na lang ito basta-bastang lumilitaw at nawawala.

"Rain?" Tawag uli nito sa kanya.

"Ano ka ba talaga? Ine-engkanto mo ba 'ko? May kasalanan ba 'ko sa'yo? Bakit bigla-bigla ka na lang nalitaw at nawawala? Kaano-ano mo si Feliz—wait." Bigla siyang mapaklang natawa.

"Totoo ba si Feliz o ikaw din siya?"

"Sorry." Ang nasabi na lang nito bago napayuko.

"Anong sorry? Hindi ako humihingi ng sorry. Kailangan ko ng paliwanag!"

Tatayo sana si Ramiel at tangkang aalis na pero mabilis ang kamay ni Rain na hinablot ang braso nito at hinila paupo. "Saan ka na naman pupunta?!"

"Uuwi na." Simpleng sagot nito. "Sorry natakot kita, hindi pala dapat ako nagpakita muna sa'yo."

"Uuwi ka tapos wala na naman akong maaalala? Tapos anong gagawin mo?" Napahinga si Rain ng malalim bago humigpit ang hawak sa braso nito. "Hindi mo man lang ba ipapaliwanag kung anong nangyayari? Bakit ka nandito? Kung ano ka? Bakit mo ba 'ko pinagtitripan? May kasalanan ba 'ko sa'yo?"

"Sorry, Rain." Ang sagot lang nito uli. "Hindi ko pwedeng ipaliwanag sa'yo ng walang kapalit. Ayoko naman na…" Binitin na naman nito ang sasabihin at hinila ang braso sa pagkakahawak ni Rain.

Pero humigpit lang ang hawak ni Rain doon. "Anong kapalit?"

"Hindi mo magugustuhan 'yung kapalit kaya mabuti na umalis na lang ako uli."

Napahinga uli ng malalim si Rain at masama itong tinignan. "Ano nga kasi?"

"Kailangan mo akong pakasalan."

Napabitaw si Rain sa braso nito. "Okay, sige 'wag na nga. Bumalik ka na kung saang mundo ka nakatira." Taboy niya rito.

Kumapa si Ramiel sa bulsa ng suot na pantalon at inilabas ang cellphone. Tumipa roon bago itinapat sa tenga.

"Sinong tinatawagan mo?"

"Kenley." Sagot nito bago iniharap sa kanya ang phone.

"Para saan?"

"Para burahin ang alaala mo."

"Ah–wait! Na naman?!"

"Gusto mo pa rin bang maalala?"

Matagal na tumingin si Rain kay Ramiel. "Kahit anong itanong ko sa'yo hindi mo talaga kayang sagutin?"

Ibinaba ng lalaki ang cellphone at pinundot ang end call.

"Okay, susubukan ko."

'Ayon naman pala, andami niya pang drama sa buhay.'

Umayos si Rain ng upo, humarap dito at pinagkrus ang binti. "Ano ka ba talaga?"

Umiling si Ramiel. "Hindi ko pa rin pwedeng sagutin 'yan."

Dismayadong napabuntong-hininga si Rain. "Ikaw ba si Feliz?"

"Hindi."

"So totoo siya?"

Tumango si Ramiel. "Oo, totoo siya. Ngayon lang ko lang hiniram ang wangis niya."

Medyo nakahinga ng maluwag si Rain doon. Akala niya ilusyon lang din ang kauna-unahan niyang kaibigang babae, malulungkot talaga siya ng sobra kung nalaman niyang hindi totoo si Feliz at habang buhay niyang isusumpa si Ramiel kapag nagkataon.

"Magkakatulad ba kayo nila Feliz?"

'Fairy ba sila o ano? Hindi naman siguro sila aswang?'

"Kami nila Rahz. Si Feliz lang ang hindi."

"Tao si Feliz?"

Tumango si Ramiel. "Tao siya."

'Buti naman…'

"Kung hindi ko pwedeng malaman kung ano ka, pwede ko bang malaman kung ano sila Rahz?"

"Hindi."

'Sayang akala ko sa kanya lang applicable 'yon.'

"Bakit kailangan ng kasal para lang sabihin mo sa'kin kung ano ka? Pwede mo namang burahin 'yung alaala ko pagkatapos 'di ba? Tapos sa susunod nating pagkikita hindi na ako magugulat at magtatanong kasi maaalala ko naman." Paliwanag niya rito.

"Hindi pwede, magagalit si *Makar*. Baka hindi lang ako ang parusahan niya."

"Kahit i-memory wipe ako ng kaibigan mo hindi talaga pwede? Kahit ngayon lang?"

Matagal na natahimik silang dalawa bago biglang bumulong si Ramiel, *"kyunusambriambyishalasyod."*

Itatanong sana ni Rain kung anong sinabi nito pero biglang kinain ng pulang usok ang buong sala. Napaubo siya dahil ro'n, parang nagliyab ang baga niya nang malanghap 'yon. Inabot ni Ramiel ang kamay niya at kasabay no'n ang pagluwag ng hininga niya.

Nang mawala ang usok ay may maliit na kulay pulang ibon ang lumipad papunta sa ibabaw ng center table nila.

"Hola!" Bati nito sa kanilang dalawa bago itinaas ang dalawang pakpak. "Anong maipaglilingkod ko uli sa'yo Boss?" Tukoy nito kay Ramiel bago tumalon-talon at ipinagaspas ang pakpak.

Kung hindi hawak ni Ramiel ang kamay niya ngayon ay baka napatakip na lang siya sa bibig dahil sa gulat.

'Ibon naman ngayon?!'

"May sasabihin ako kay Rain, hindi pwedeng marinig ng iba."

Itinaas naman nito ang kanang pakpak at parang sumaludo sa kanila bago biglang sumabog ang katawan nito na parang pulbos sa harapan nila. Malakas ang singhap ni Rain sa nakita at napapisil sa kamay ni Ramiel.

Mulagat siyang napalingon sa katabi. "Si–Ano naman 'yon?"

"Si Kyu, siya muna ang soundproof natin para masagot ko lahat ng tanong mo."

"Oh." Ang nasabi na lang niya kahit hirap pa rin ipaliwanag sa sarili ang nakita. "Pwede mo palang gawin 'yon pero bakit hindi mo ginawa agad kanina nung nagtanong ako sa'yo?"

Hinila ni Ramiel ang kamay ni Rain at dinala sa kandungan. "Hindi rin libre ang serbisyo ni Kyu."

"Oh." Manghang sagot niya.

"Alam kong marami kang tanong, pero anong tanong ang pinakagusto mong masagot?"

"Ganun pa rin." Mabilis niyang sagot. *"Ano ka ba talaga?"*

"Ramiel." Pakilala nito bago pumisil sa kamay niya. *"Diyos ng buwan at ulan."*

Ka-Ibigan

RAIN

Diyos ng ulan,

Lumapit ka

Sabayan mo akong akong tumanaw,

Sabayan mo akong lumuha sa pagsilip ng araw.

Sabayan mo akong mahidlaw sa'yo.

Dahil ikaw lang ang habang buhay na kaulayaw.

Handa na si Rain na huwag maalala lahat ng narinig at paliwanag ni Ramiel pero hindi 'yon natuloy nang itanong niya kung anong magiging kapalit ng pagsasabi nito sa kanya ng lahat ng 'yon.

"Hindi ko rin alam." Ang buntong-hiningang sagot nito sa kanya. "Ayaw ko rin malaman."

"Anong mangyayari kapag hindi mo binura 'yung alaala ko?"

"Depende kung gaano karami ang nalalaman mo at kung anong gagawin mo sa nalaman mo ngayon."

"Wala naman akong pagsasabihan." May bahid na pagmamaktol ang tono niya. *'Wala naman akong ibang kaibigan.'*

"Kahit hindi mo sabihin may ibang diyos ang makakaalam sa nalalaman mo at pwede mong ikapahamak 'yon."

"Kaya ba inalok mo 'ko ng kasal?" Usisa niya rito.

Tumango si Ramiel. "Para maprotektahan ka."

Walang nagsalita sa pagitan nilang dalawa. Magkahawak pa rin ang kamay nilang dalawa.

"Bakit ako?" Ang naitanong niya rito.

"Kasi ikaw." Simpleng sagot nito sa kanya.

"Ano nga?" Tanong niya uli rito. "Elaborate mo naman. Kung buburahin mo naman 'tong sasabihin mo sa'kin ngayon edi sabihin mo na lahat."

Inangat nito ang magkahawak nilang kamay. "Hindi ba pwedeng gusto lang kita?"

Nangunot ang noo ni Rain bago hinila ang kamay niya para bitawan nito. "Korni mo. Seryoso kasi."

"Gusto nga kita. Iyon na 'yon."

"Bakit ako?"

"Kasi ikaw."

Mahina siyang humampas sa braso nito bago napasinghap uli nang maalala niyang hindi nga pala mortal ang katabi niya, "Sorry—"

Mahina itong natawa. "Okay lang."

"Pero totoo? Iyon lang ba ang dahilan?"

"Napag-utusan lang talaga ako nung una." Kwento nito sa kanya. "Wala talaga akong balak na bumalik pa rito pero pinilit ako ni Rahz kasi ayaw niya raw gawin 'yung utos ni Oyah."

"Anong utos ba?" Usisa niya rito bago umusog papalapit. Nakaharap na rin sa kanya si Ramiel at pinagkrus din ang binti tulad niya, parehong may unan sa kandungan nila.

"Na puprotektahan ka niya dahil anak ka ni Rena." Paliwanag nito sa kanya.

"Si Mommy? Pwede mo rin bang sabihin kung anong meron kay Mommy?"

"Donatus siya ni Gaia. Ipinangako sa angkan ng mga Marquiza ang proteksyon ni Oyah."

'Huh?'

"Donatus?" Takang tanong niya rito. "Donut?"

"Parang favorite na anak ng diyos." Natatawang anito. *'Wow. Favoritism.'*

"Ibig sabihin ba may powers din si Mommy? Favorite e."

Umiling si Ramiel. "Wala na si Gaia. Kaya tanging proteksyon lang ni Oyah ang mayroon kayo."

"Oh." Napatango-tango siya at napatitig kay Ramiel.

'Wow.'

Sinong mag aakala na ang longhaired na bokalista ng isang banda ay isang diyos?

"Bakit?" Tanong nito bago humalumbaba, nakapatong ang siko nito sa sandalan ng sofa.

"Wala." Sagot niya. "Hindi lang ako makapaniwalang isang diyos ang kaharap ko ngayon."

Tipid na napangiti si Ramiel. "Ako rin, hindi ako makapaniwalang kaharap kita ngayon."

Sapat na ang tingin na binigay niya rito para sagutin siya.

"Sanay akong nakatingin lang sa'yo sa malayo. Minsan ko nang hiniling na sana sa bawat pagbalik mo, maaalala mo 'ko tulad ng pag-alala ko sa'yo."

Lalong naguluhan si Rain pero pinabayaan niya ang sariling makinig dito. Nilunok muna niya ang gusto niyang itanong dahil mukhang ito na 'yung hinihintay niyang sagot.

"Nagkaroon ng pagtanda at kamatayan dahil din sa inyo, ang kulit niyo kasi." Naiiling na kwento nito sa kanya. "Magulo kayo, komplikado. Kaparehong-kapareho niyo ang gumawa sa inyo. Noong mga panahong pumipili na si Ares ng mga donatus niya, pinilit ako ni Rahz na sumama."

"Tapos?" Usisa ni Rain nang tumigil ito sa pagkukwento. *'Bakit ang hilig nito sa cliffhanger?'*

"Wala. Wala akong magustuhan. Kahit anong gawin ko, wala akong mapili. Pero may isa…" Napapikit ito at napangiti bago tumingin sa kanya. "Hindi ko siya gusto, hindi niya rin ako gusto pero naging magkaibigan kami."

"Siya 'yung kinwento mong unrequited love? So ibig sabihin…"

'Ako pala talaga 'yung hinihintay niya?' Ang naisip na lang niya nang maalala ang kwento nito sa kanila no'ng unang gabing magkasama sila.

Napangiti si Ramiel. "Oo." Simpleng sagot nito bago mahinang natawa na lang at napakagat sa lip-ring at napayuko na parang nahihiya. "Matagal bago siya–*ka* bumalik. Ayoko itanong kay *Naya* kung anong nangyari o kung bakit masyadong matagal ang pagbalik mo, kung nawala ka na o sumama ka na kay *Taga*."

"Sinong Naya at Taga?"

'Kailangan ko yatang mag-take down notes.'

"Si Naya ang diyos ng kamatayan, si Taga naman ang dagat."

Napatango-tango si Rain. "Iyong pagbalik na sinasabi mo, reincarnation 'yon 'di ba?"

Si Ramiel naman ang napatango. "Tama."

"Okay, gets. So anong sumunod na nangyari?"

"No'ng sumunod mong buhay naging magkaibigan tayo uli. Nakita kitang magpakasal, magka-anak, magka-apo at kuhanin uli ni Naya."

Biglang na-imagine ni Rain si Ramiel na nakatingin sa malayo habang kinakasal siya sa iba.

Nagbara ang lalamunan ni Rain sa narinig, biglang nanlabo ang mata niya at napaluha na lang sa narinig. *"Hala ano ba."* Pinalis niya agad ang takas na luha sa pisngi niya.

"Tuloy ko pa ba?"

Tumango siya rito.

"Nasanay na akong maghintay sa bawat pagbalik mo. Matagal bago ako nakumbinsi nila Rahz na tumigil na lang. Kaya nung sinabi ni Rahz na ako na lang muna ang magbantay sa'yo, pumayag na ako."

Tuloy ang daloy ng luha ni Rain. "Grabe naman ang haba ng pasensiya mo." Pilit siyang tumawa para mabawasan ang bigat ng nararamdaman para rito.

"Huwag ka na umiyak." Umabot sa kanya si Ramiel at pinalis ang luha sa magkabilang pisngi.

"Pero hindi mo alam na 18 years na 'kong nakabalik." Sinimangutan niya ito. "18 years na. Mag 19 na 'ko ilang buwan na lang. O alam mo na pero hindi mo lang ako pinapansin?"

"Hindi ko alam, siguro dahil anak ka ni Rena kaya hindi ko napansin. O baka dahil itinatago ka na ni Oyah sa'kin kasi pinipilit na nila 'kong magpakasal sa iba."

Suminghot si Rain bago hinawakan ang kamay nito. "Teka kuha muna ako ng tissue, sisinga muna."

Tinanggal naman ni Ramiel ang kamay sa mukha niya. "Sige."

Mabilis siyang tumakbo papuntang kusina para kuhanin ang tissue box sa cabinet nila at bumalik agad.

"Hindi ba ikakasal na rin dapat tayo?" Tanong niya rito pagkatapos niyang itapon ang ginamit na tissue.

"Oo."

Umupo na uli si Rain sa tabi nito bago isinandal ang ulo sa braso nito. "Anong nangyari?"

"Nagalit si Makar at muntik ka nang mamatay."

Napasinghap si Rain. "Huh? Bakit gano'n? Masama ba loob niya sa'yo?"

"Nagalit siya nung sinabi kong ayaw ko na maging diyos."

"Diyos ng ano ba siya bakit ang pakialamero naman niya?"

"Balanse at Hustisya."

"Hustisya ba 'yung muntik na niya 'kong patayin?"

Mahinang natawa si Ramiel. "Hindi. Pero naging ayos pa rin ang buhay mo bilang si Bernadette."

"Talaga?"

Inabot ni Ramiel ang kamay niya at pinagsaklop ang kamay nila. "Oo, nagkaroon ka ng mabait na asawa, nagkaroon ng tatlong anak, kahit naging pasaway silang tatlo sa'yo."

"Pero?"

"Pero ano?" Tanong sa kanya pabalik ni Ramiel.

"Parang may hindi ka sinasabi."

"Pero hindi ka masaya."

"Bakit? Sinumpa ba 'ko ni Makar?"

"Hindi. Kasi naaalala mo pa rin ako no'n."

"Oh? Paano?"

"Kasi sabi mo ayaw mo kong makalimutan."

—

Hindi alam ni Rain kung gaano sila katagal nag-usap ni Ramiel para kasing hindi gumagalaw ang oras nila ngayon. Kung hindi pa bumalik si Kyu para balaan sila ay baka mas mahaba pa ang usapan nila.

"Aalis ka na?" Tanong ni Rain dito nang tumayo ito at naglakad papunta sa may pintuan. "Hindi ko na naman 'to maalalang lahat?"

"Gusto mo bang maalala?"

Tumango si Rain. "Pero sabi mo mapapaparusahan ka, kaya okay lang din kung hindi na. Magkikita pa naman tayo hindi ba?"

Hindi nagsalita si Ramiel pero nakita niya ang paglamlam ng mata nito.

Wala man siyang narinig pero alam na niya ang sagot.

Sa huling pagkakataon ay siya naman ang lumapit dito. "Last question."

"Ano 'yon?"

Tumingkayad si Rain at inangkla ang magkabilang braso sa batok nito at hinila ito palapit.

"Goodbye kiss?"

Napangiti si Ramiel bago sinakop ang natitirang espasyo sa pagitan nila. Humapit sa bewang niya at idinampi ang labi sa labi niya.

Nang maghiwalay sila ay kita niya ang lungkot sa mukha nito. "Bye, Rain."

"Better luck next life?" Biro niya rito kahit kumikirot ang puso niya.

"Last na 'to sabi ko kay Rahz."

Nalungkot siya lalo sa narinig. "Ah. Ibig sabihin, last na last na talaga."

Tumango si Ramiel. "Sigurado kang gusto mo 'kong maalala?"

"Kung pumayag na lang kaya akong magpakasal sa'yo? Legal naman na 'ko, papayag naman siguro si Daddy."

"Bakit Rain?"

Napahinga si Rain at napalunok. Hindi dapat siya nasasaktan pero nasasaktan siya ngayon.

Napagusapan nila ni Ramiel kanina na matagal na siya nitong hinihintay, ipinaalala nito ang panaginip niya tungkol sa nakaraan niyang buhay.

Na...*itinadhana siyang mag-isa.*

Kaya kahit na gusto siya ng diyos ng ulan, kung hindi naman sila itinadhana para sa isa't isa ay magkakaroon pa rin ng dahilan si Tadhana na paghiwalayin sila.

'Bakit ganon?'

"Ang unfair." Reklamo niya rito.

"Alam ko." Sang-ayon ni Ramiel sa kanya. "Pero alam kong magiging masaya ka pa rin, hindi naman lahat ng mag-isa ay malungkot 'di ba?"

"Makakalimutan ko 'to lahat uli 'no?"

"Sigurado ka bang gusto mong maalala 'to lahat?"

Tumango si Rain. "Pero okay lang kahit hindi kasi 'di ko alam anong gagawin nung Makar–kung sinoman siya sa'yo."

"Kunwari na lang, panaginip 'tong lahat."

"Gaslighter." Natatawang aniya. "Tamang behaviour ba 'yan?"

"Kapag ayaw mo ng maalala, tawagan mo si Kenley."

"Wala naman akong number ni Kenley."

Kumapa si Ramiel sa bulsa ng pantalon. "Ay hindi ko dala—"

"Boss?" Rinig nila ang boses ni Kyu. "Boss pauwi na si Ma'am Rena."

"Bye, Rain." Paalam nito sa kanya. "Goodbye hug?"

Tumango siya bago yumakap dito ng mahigpit. "Ge, salamat sa lahat. Akala ko lablayp na 'to."

Mahina namang natawa si Ramiel. "Susubukan kong bumalik, baka mapakiusapan ko pa si Hana."

"Promise ba 'yan o pinapaasa mo lang ako?"

"Promise tapos medyo pinapaasa rin kita para hindi ka magka-crush sa iba kaagad."

Napasimangot si Rain. "Alam ni Feliz 'yung number ni Kenley 'no?"

"Oo."

"Okay, sige. Pwede ka na umalis, paasa ka naman e."

"Boss!" Tawag uli ni Kyu. "Boss tama na 'yang landian niyo."

"Ito na nga."

At tuluyan na ngang umalis si Ramiel.

Marks, Stitches and Burns

RAMIEL

Kapag tumila na,

Hindi ibig sabihin no'n pati puso ko ay tumigil na.

Pumipintig nga ito ng mabilis kapag malapit ka

Kahit mawala ka man sa paningin ko alam kong akin ka.

Pinaghalong gulat, takot, saya, lungkot at pangungulila ang naramdaman ni Ramiel nang una niyang makita si Rain. Nang makita lang niya ito saka lang lumitaw ang gintong sinulid na nakatali sa hinliliit nilang dalawa.

Na hindi man lang niya napansin dahil naakupahan na ni Rain ang isip niya.

'Rain.'

Halos tumakbo siya palapit dito kahit alam niyang imposible siyang makita nito. Kasabay ng tibok ng puso niya ang lakas ng pagpatak ng ulan.

Gusto niyang bumati dito, magpakilala uli. Kaso hindi pwede.

Kaya nagtataka siyang nagtanong nang tumitig ito sa kanya na parang nakikita siya nito.

Kunot ang noo niyang tinanong ito kahit alam niyang 'di naman siya nakikita. "May problema ba?"

"Ah...pwedeng pahiram ng payong?"

Literal na tumigil ang oras at mundo.

Kailangang tumigil dahil hindi siya makahinga sa saya at lungkot.

Kailangang tumigil dahil baka hindi siya makasagot at mayakap na lang niya ito ng mahigpit.

Kailangang tumigil ng lahat para ma-text niya si Rahz para magtanong kung paanong nakikita siya ni Rain. Naghintay pa siya ng kaunti para hintayin ang sagot nito pero wala siyang natanggap.

Gustuhin man niya sanang habang buhay na lang niyang itigil ang pag-ikot ng mundo ay hindi pwede. Lagot siya sa kapatid niya at kay Makar.

"Ayoko nga." Sagot niya. Kahit ang gusto niya talagang sabihin ay, *'Sige, kahit ako pwede mo na ring hiramin.'*

"Ibabalik ko rin naman eh." Kumbinsi ni Rain sa kanya. "Iiwan ko sa'yo lahat ng gamit ko, kailangan ko lang makuha 'yung cellphone ko."

"May cellphone din ako dito, sino bang kokontakin mo?"

'Kasintahan?'

"Si Mommy."

Napabuntong hininga siya nang marinig 'yon. *'Ah, akala ko…"*

Kumapa sa bulsa para ilabas ang cellphone na pinadala sa kanya ni Kenley. Medyo matagal bago niya naintindihan kung paano gamitin 'yon dahil parati niyang nasisira o naihahagis ang mga naunang bigay sa kanya.

"Hindi ko kabisado number ni Mommy."

Kumunot ang noo niya. "Pambihira..." *makakalimutin ka pa rin kahit pang-walong buhay mo na 'to.*

"Mukha bang itatakbo ko 'yang payong mo?"

"Hindi naman, baka lalo mo lang masira." Palusot niya.

'Baka hindi ako makauwi kapag hinawakan mo 'to.'

"Ihahatid na lang kita."

Nakangiting lumingon sa kanya si Rain. "Talaga?"

Nakagat niya ang dila niya para pigilan huwag madala sa ngiti nito at baka bigla niya na lang itong mayakap.

"Ayaw mo?" Tanong niya rito pabalik, sinubukang magsuplado para hindi mahalata ang kaba sa boses niya.

"Gusto."

'Ako rin.'

Hindi na siya sumagot pa at binuksan na lang ang payong. Hinintay niyang makasukob si Rain sa tabi niya. Hindi nakalagpas sa paningin niya kung paano siya nito hinagod ng tingin, kikiligin na sana siya kaso napansin niya ang suot nitong salamin.

'Bakit ba lumabo mata mo? Pinabayaan mo na naman 'yang mata mo.'

Naalala niya na halos sa pitong buhay nito ay halos apat doon ay lumabo ang paningin nito. Laging dahil sa pagbabasa ng nobela ang dahilan. Gustuhin man niyang manermon ay wala siyang karapatan dahil para kay Rain—isa lang siyang estranghero.

Siguro nga tulad ng mga naunang nitong buhay ay saglit lang sila uling magkakasama. Sanay naman na siya, hindi na siya umaasa pa, pero bakit kahit pang-walong beses na niya itong ginagawa ay kinakain pa rin siya ng selos at pag-asang baka…

Baka ngayon pwede na.

Hindi na puro nakaw na sandali na lang.

Hindi na lang siya sa malayo maghahangad.

'Kahit ilang oras pa siguro.'

Ngayon, naghahanap at naglilista na si Ramiel ng pwedeng idahilan para makasama ito ng mas matagal.

Habang ang ginintuang sinulid ni Hana ay unti-unting nagtago sa patak ng ulan.

"Ako na d'yan." Tukoy niya sa dala nitong libro.

"Hindi na, nakakahiya na sa'yo." Tanggi ni Rain kahit alam niyang nabibigatan na ito sa dalang libro.

'Gusto mo lang na pilitin kita.'

"Hindi ko naman itatakbo 'yan."

"Paano naman ako nakakasigurado?"

'Kailangan ko pa bang magpahabol sa'yo kung andito ka na sa tabi ko?'

"Paano rin ako nakakasiguradong may naiwan ka ngang cellphone sa school niyo at hindi mo ako balak gahasain?" Tinaasan niya pa ito ng kilay para lalong makumbinsi na isa lang siyang inosenteng mamamayan at hindi bathala ng ulan at buwan.

Na wala talaga siyang kalasanan bakit naulan pa rin hanggang ngayon.

"Wow. Ikaw?"

"Oo ako nga."

"Ang tikas mo naman."

Muntik na siyang humagalpak ng tawa sa narinig pero buti na lang napigilan niya at mahina na lang siyang natawa. *'Matapang pa rin.'*

"Nagmamagandang loob na nga ako tapos..." ang dali mo pa ring mainis.

Sa buong pitong buhay nito kung hindi sila magkaibigan ay magkaaway sila, madalas pareho.

"Ako rin naman ah? Nahihiya lang din ako sa'yo 'no, pinayungan mo na nga ako tapos bibitbitin mo pa tong libro ko."

"Wala naman akong ibang dala kaya okay lang." Katwiran niya rito.

"Okay na nga."

"Hindi ko naman itatakbo 'yan kasi 'di naman ako nagbabasa ng libro."

Natawa sa kanya si Rain. "Mukha nga."

"Anong mukha nga?" Tanong niya rito.

'Sabi ni Kenley uso raw ang ganito ngayon?'

Nalala niya nahirapan pa siyang isuot ang jeans niya dahil sa dami ng laslas sa tuhod. Style raw 'yon at bagay sa kanya kaya sinuot na niya.

"Mukha kasing mas interesado kang mag-gitara kaysa magbasa."

"Tama ka ng hinala."

Mas gugustuhin niya pa ngang mag-gitara kaysa magbasa. Sariwa pa sa alaala niya ang pamamato ni Rahz ng libro sa ulo niya nang magawa ang unang hardbound na libro.

"Ano palang pangalan mo?" Tanong sa kanya ni Rain.

"Rain." Ang nabanggit niya.

Iyon ang ibinigay sa kanyang pangalan ni Rahz sa kanya ngayon dahil daw uso raw ngayon ipangalan sa mga mortal ang panahon.

Mukhang sinadya ng kapatid niya ang pangalang 'yon. Kung tama siya ng hinala ay matagal ng alam ni Rahz na nakabalik na ang hinihintay niya sa kalupaan ni Gaia. Naiintindihan naman niya na ayaw ng mga itong umasa at maghintay siya habang buhay.

Ipinangako na nga niyang hindi na siya maghihintay.

Pero mukhang iba ang balak ng kapatid niya dahil ipinasa nito ang trabaho sa kanya.

'Magugustuhan mo siya.' Alala niyang sabi nito sa kanya bago siya pinababa ng sasakyan.

"Ha? Tinawag mo ba 'ko?"

Ikinunot niya ang noo at nagkunwaring hindi alam ang pangalan nito. "Hindi kita tinawag. Sinagot ko 'yung tanong mo."

"Rain? Rain ang pangalan mo?"

—

Siguro nga dahil sa pagkasabik kaya naging gahaman si Ramiel na makasama ng mas matagal pa si Rain.

"Hello, Kenken." Nakangiting bati ni Ramiel kahit sa cellphone lang naman sila magkausap.

"Oh?" Bagot na sagot nito. Mukhang alam na nito ang gusto niyang gawin kahit wala pa siyang sinasabi.

"Sunduin mo na 'ko."

"Alam mo," Panimula nito bago huminga ng malalim. Pinaghintay si Ramiel. "*Tangina mo.*"

"*Lo siento,* kailangan lang."

"Gusto mo talaga akong patayin ano?"

"Hindi ah, kailangan lang talaga."

Huminga uli si Kenley ng malalim. "Oo, alam ko. At alam mo rin..." Binitin na naman nito ang sasabihin.

"Hindi ko lang talaga ma-contact si Lucean."

"Kaya ako ang ipapain mo?"

"Sorry na nga,"

Nilingon ni Rain si Ramiel. "Ano raw?" Usisa nito bago lumapit.

"Ayaw ako sunduin." Malungkot na ani Ramiel.

"Sige, palakasin mo pa 'yung ulan para pumunta akong naka-submarine." Si Kenley ang nagsalita.

"Kenken, sige na."

"Rami, susunduin naman kita kung hindi naulan."

"Kaso naulan."

"At putanginang nasusunog kami sa ulan."

"Sorry Kenken,"

"*Disfruta tu día con tu amada.*"

"Semana," Pagtatama ni Ramiel. Pigil ang ngiti. "Sunduin mo 'ko."

"Basta may supply ako pagkatapos ng kalokohan mo."

"Pangako."

Nag-iisang donatus ni Syodishaomem si Kenley. May kakayahan itong magbura ng alaala ng mga mortal.

Biniyayaan niya si Kenley, sa kadahilanang halos mamatay na ito sa gutom.

Donatus si Kenley ni Ares, kaso nagkaroon ng problema nang subukan ng mga ninuno ni Kenley na sakupin ang sangkatauhan. Noong una ay kaya nilang mabuhay na prutas lamang ang kainin, kahit walang dugo. Basta may punong namumunga ay buhay sila.

Pero nang malaman ng ninuno ni Kenley na pwede nilang gamitin ang donatus para sakupin ang sangkatauhan ay nagbago ang lahat.

Nagkaroon ng gyera. Naging laro ang paghahanap at pagpatay sa mga mortal na hindi donatus. Literal na dumanak ang dugo.

Kaya naisipan ni Ares na humingi ng tulong kay Ramiel. Na gawing nakakamatay ang angkan ni Kenley sa tubig ulan. At kay Rahz na patigilin ang pagtibok ng puso ng mga ito sa unang sikat ng araw.

Si Kenley lang ang nabuhay sa kadahilanang tinamad siyang makisama sa mga kapatid niya.

Nalaman niya na lang na mag-isa siya noong nagbabala si Ramiel sa kanya.

Naging bampira ang tawag sa kanya dahil sa imahinasyon ng mga tao.

Isang nilalang na nagigising sa unang segundong lumubog ang araw.

May ibang donatus si Ares na naghahangad pa rin ng laman at dugo ng tao, pero hindi na angkan ni Kenley 'yon.

Kailangan lang ni Kenley ng dugo dahil literal na nauubusan siya. Anaemic. Minsan na nga lang siya kumain, minsan ayaw niya pang gumising.

Nalilimutan niya pang magbukas ng electric fan minsan kaya pinapapak siya ng lamok.

Kawawang Kenley.

—

Malakas ang ubo ni Kenley pagdilat ng mata niya.

"Late ka." Ani Ramiel dito bago sinarado ang hawak na payong.

Matalas ang kulay dugong mata ni Kenley nang salubungin ang tingin niya.

"Sino kayang nagpaulan ng matagal para lang makasama ang babae niya?"

Inikot ni Ramiel ang hawak na payong bago itinupi at nilagay sa umbrella rack. Tumapik siya sa likod ni Kenley. "Selos ka ba? Sorry na."

Nakasunod ang tingin niya nang pumalakpak si Kenley para buhayin ang ilaw ng condo nila.

Sumalubong sa paningin niya si Lucean na nasa sofa; nakahiga patagilid habang nakatukod ang braso roon at nakasalo ang ulo sa kamay. Parang tangang nakangisi sa kanya. Si Homer na nakababad ang paa sa mini pool na nasa kalagitnaan ng common room nila.

'Sinong nakaisip na maglagay ng gano'n sa sala?'

"Welcome home sa diyos ng ulan at mga martyr." Nakangising bati ni Lucean sa kanya, lantad na naman ang gintong ipin na parang sumisigaw ng, *'Payaman!'*

Napasuklay na lang si Ramiel sa buhok niya at napailing na lang. "Kailangan ba talagang nandito kayo?"

"Ay wow, ayaw mo?" Tanong ni Lucean.

Naunang lumakad si Kenley papunta sa single-seater na sofa at umupo roon.

"Nagpasundo pa talaga kahit kaya naman niyang umuwi mag-isa."

Napangiti na lang siya at lumakad na rin palapit kay Lucean para makiupo. "Paupo naman ako."

Dumapa naman si Lucean bago bumangon at umayos ng upo. "Ayaw namin sa nagpapa-stress kay Kenley. Umuwi ka na kay Rain mo." Taboy nito sa kanya bago pabirong tinulak siya sa balikat.

"Kung pwede lang." Tipid na sagot niya bago ito tinulak paupo sa sahig, nang tumama ang pwet nito sa tiles ay nagpagulong-gulong ito hanggang mahulog sa mini pool.

Nabasa ng tumalsik na tubig ang buong katawan ni Homer nang lumubog si Lucean sa pool.

"Putangina." Anito kay Lucean bago tumadyak sa likuran nito at pinalubog ang katawan ng lalaki sa tubig.

"Hoy papatayin mo na ba 'yan?" Ani Kenley. "Siguraduhin mong mamamatay ah."

"Sa sobrang panget niyan pati si Naya ayaw siyang sunduin." Inis na sagot ni Homer.

Natawa na lang siya.

Siya, si Homer, Lucean, at Reverie ang magkakasama sa banda na binuo ni Kenley. Hindi na sila pwedeng mamuhay tulad noon tuwing nandito sila sa kalupaan ni Gaia dahil pinagbawalan na sila ni Makar na gumamit ng kapangyarihan maliban na lang kung para sa trabaho nila bilang diyos.

Pero dahil sa dami ng trabaho nito ay malamang may iilang diyos na tulad niyang nakakasalisi.

Para magkaroon sila ng extrang pera sa mundo ay bumuo sila ng banda. Si Lucean ang bokalista dahil gusto raw ipagmalaki ang gold niyang ngipin sa madla,, si Homer ang producer at bassist, siya sa electric guitar, si Reverie sa drums at si Kenley ang manager at sponsor nila dahil ito lang naman talaga ang maraming pera sa kanila. Ito rin ang nakaabang lagi sa maliit na concert hall kung saan lagi silang nag p-perform para masiguradong wala ni isa sa mga tao ang makakaalala kung anong eksaktong itsura nilang apat.

Naging *SeaSonS* ang pangalan nila dahil apat na beses lang sila nagtatanghal. At dahil halos lahat sila ay pana-panahon lang talaga nagkikita.

Si Homer ang diyos ng delubyo; paminsan-minsang napunta sa ibang bansa para maghasik ng lagim. Madalas sa iilang mortal na napapagtripan nito. Ito rin ang pinakamadalas magmura sa kanilang lahat, naging coping mechanism na siguro sa pagiging martyr kay Helen na matagal nang 'di nagpapakita rito.

Si Lucean naman ang nagkakaisa-isang taong-lobo na imortal sa mundo. Isinumpa na mamuhay ito mag-isa ng isang mangkukulam na binasted nito.

Ang huli sa listahan ng miyembro ay si Reverie. Ang unang nag-asawa sa kanila lahat kaya parati itong wala para mag-alaga ng anak at lambingin ang asawang mas nakakatakot pa kay Homer magalit.

Lumutang ang katawan ni Lucean sa pool.

"Ramiel, ihanda mo na 'yung ataul." Utos ni Kenley sa kanya.

"Para kay Lucean?"

Pagkasabi niya no'n ay biglang gumalaw si Lucean at habol ang hiningang lumangoy paalis ng pool. "Buhay pa 'ko."

"Hindi para sa'yo, para sa'kin." Sagot ni Kenley rito.

Napatayo na lang si Ramiel para sumunod sa band manager nilang half gargoyle. Bukod sa hindi ito pwedeng mabasa ng ulan ay nagiging batong estatwa ito tuwing pagsikat ng araw.

"Hindi ka namin ipapalibing pag nadedo ka, ibabalot ka lang namin sa banig tapos ihahagis sa bangin." Natatawang ani Homer na nagtutuyo na ng buhok ngayon.

"Salamat ah?" Sarkastikong sagot ni Lucean. "Naisip mo pa akong ibalot sa banig."

Siyang diyos ng buwan at ulan ang nagbabantay sa mga ito. Bukod kay Reverie ay tulad niyang pare-pareho silang mag-isa.

—

"Nagkita na uli kayo, anong balak mo ngayon?" Tanong ni Homer sa kanya.

"Bantayan lang siya."

"Tangina, bilib talaga ako sa'yo."

Sapat na sa kanya ang makitang masaya si Rain sa malayo. Sanay naman na siyang nagmamasid lan dito. Alam niyang imposibleng mapa-payag nila si Makar na magsama habang-buhay. Iyong nakaw na ilang araw na magkasama sila ay sapat ng kapalit para sa ilang dekadang pagluluksa.

"Naging mabuti ka rin naman tulad ni Reverie."

Hindi na siya sumagot pa rito.

Alam naman niyang naging mabuti siya. Sinubukan niyang magpakabuti. Kahit nakakapagod maghintay at parang wala namang kabuluhan ang pagiging diyos niya ay sinubukan niya pa ring umayon sa alon ni Hana.

Kaya nalulungkot siya sa mga naghahangad ng walang katapusang buhay. Hindi nila kailanman maiintindihan kung gaano kahirap ang maghintay na matapos ang lahat. Tanging ang pakikihalubilo lang nila at mga batas lang ni Makar ang nagbibigay ng kabuluhan sa kanilang mga diyos.

"Sa'yo ko lang sasabihin 'to." Ani Homer sa kanya. "Sa lahat ng diyos na kilala ko, ikaw ang pinaka-deserving na sumaya."

Tumapik si Homer sa likod niya. "Tanungin mo nga kay Hana kung pwedeng kayo na lang. Tutal mukhang babantayan mo naman na siya habang buhay—"

Natigil ang kaibigan niya sa pagsasalita at napatingin sa kanang kamay niya. Napatingin din tuloy siya ro'n.

"Anong tinitignan mo?" Tanong niya rito.

"Wala, nagkamali yata ako ng tingin."

Sandali lang nahagip ng paningin ni Homer 'yon, pero sigurado siyang may nakita siyang gintong sinulid sa hinliliit ni Ramiel kung kanino naka-konekta 'yon ay wala siyang ideya.

—

Sa rooftop ng katapat na building ng condo ng *SeaSonS* nakatayo ang isang babaeng may kulay pulang buhok sa tabi nito ay ang diyos ng araw na si Rahz.

"Bakit ayaw mong makita ng kapatid ko?" Tanong ni Rahz sa babae.

"Hindi sa ayaw ko, kasalanan ni Ramiel kung bakit hindi niya makita 'yon." Tukoy ng babae sa gintong sinulid na nakapulupot sa hinliliit ni Ramiel.

"Kasalanan ko yata 'yon kasi trabaho ko dapat 'yon, pero mas kasalanan ni Oyah kasi pinasa niya sa'kin trabaho niya."

Napabuntong-hininga na lang ang babae bago nilingon si Rahz. "Katamaran niyo talaga ang dahilan kung bakit malungkot na naman si Ramiel ngayon." Sisi pa ng babae sa kanya.

"Dapat kasi sinabihan mo ako agad, *Hana*."

Napapikit na lang si Hana at sinamyo ang malamig na hangin. Unti-unting nagliwanag ang pulang buhok nito at umangat ang katawan sa ere. "Bakit parang ako pa ang sinisisi mo? Hindi ko naman hawak 'yon?"

"Hindi naman sa gano'n."

Simangot si Hana na lumayo sa kanya habang nakalutang pa rin sa ere. Halos kakulay ng buhok ng diyosa ng tadhana ang mga sinulid na hawak nito: *pula*. Kulay ng rosas na inabot niya kanina rito pero mabilis na itinapon.

"Kung gusto mong sumaya ang kapatid mo, ikaw na ang magbantay kay Rain."

"Sa tingin mo ba mababawi ko 'yon kay Ramiel ngayon?" Tanong ni Rahz pabalik dito. "Lalo na mukhang nag-iisip na siya ng dahilan kung paano sila magkita sila uli."

"Kahit hindi na siya mag-isip magkikita pa rin sila."

"Anong gusto mong gawin ko?" Tanong uli ni Rahz dito.

"Wala ka namang dapat gawin, hayaan mo lang siya. Makikita rin ng diyos ng buwan ang lahat."

Second Meeting

RAMIEL

Handa na siya sa parusa ni Makar sa kanya pagkauwi niya pero wala naman itong sinabi. Ibang diyos ang tumawag sa kanya at isa sa hindi niya pa inaasahan.

"*Syodishaomem.*" Tawag niya rito nang makapasok siya sa silid nitong napapaligiran ng salamin.

Wala ang diyosa sa loob pero kita niya ang repleksyon niya sa salamin.

"Kamusta ka?" Tanong sa kanya ng diyosa gamit ang repleksyon niya sa salamin. Parang kinakausap lang siya ng isang pang version ng sarili niya.

"May problema ba Syodi?" Ang tanong niya rito pabalik.

"Ginamit mo na naman si Kenley." Kahit ang gamit nitong boses ay katulad ng sa kanya.

"I'm sorry—"

"Naririnig ko sila ngayon." Putol nito sa sasabihin niya.

"Sino?"

"Si Leah."

Nangunot ang noo niya pero nanatiling seryoso ang ekspresyon ng repleksyon niya sa salamin na nasa harap niya.

"Anong kailangan ni Leah?" Tanong niya rito.

Matagal na siyang hindi nagpapakita sa mga ito simula nang subukan ng isa sa kanilang patayin siya.

"Kasama nila si Rain."

Napamaang si Ramiel, halos masemento ang katawang gamit niya sa salaming sahig ng silid ni Syodishaomem.

"Sabi ko sa'yo ay mag-ingat ka hindi ba?"

Nawala ang repleksyon sa salaming nasa harapan niya at napalitan ng mukha ni Rain, asong si Sherlock at Leah.

"Anong pinaguusapan nila?" Tanong ni Ramiel.

"Hindi raw ma-connect ni Kyu."

"Gusto ko sila marinig."

"Sandali lang daw."

Maya-maya pa ay narinig na niya ang usapan ng mga ito.

"Bakit naparito ka?" Tanong ni Leah kay sa asong si Sherlock bago sandaling tinignan si Rain.

Natatandaan ni Ramiel ang tindahan kung nasaan nakatayo sila Rain. Pero pagkarating naman niya roon ay wala si Leah kaya hindi niya alam na ito pala ang may-ari no'n.

"Itatanong ko lang kung napadaan ba ang anak ni Oyah dito." Tanong ng aso kay Leah.

Alam niyang siya ang tinutukoy nito,

Masyado nga yata siyang akupado kay Rain para isiping ordinaryong aso lang si Sherlock. Sino ba namang may-ari ang hahayaan lang iwan ang cute na aso sa labas ng bahay nila habang nabagyo?

"Oo." Sagot ni Leah dito.

"Nahawakan mo ba ang anak ni Oyah?" Tanong naman ng matandang babae kay Rain.

Umiling si Rain. "Wala po akong matandaan."

Napangiti si Ramiel ng marinig ang boses nito. Bumalik tuloy ang pagkasabik niyang makasama ito.

"Mukhang wala namang espesyal sa batang ito kahit kapatak. Bakit sa kanya ka humingi ng tulong?"

Nakita niyang napasimangot si Rain. Lalo tuloy siyang napangiti.

"May dugong Marquiza ang batang 'yan."

"Sigurado ka?"

Pinanood ni Ramiel kung paano magtimpi si Rain, halatang gustong sumagot nito pero nagpipigil lang.

"Oo nga, kahit ako nga hindi makapaniwala eh. Akala ko pa naman kapag nanganak si Rena ay lalaki—sandali wala na kaming oras. Kailangan ko na ang tulong mo,"

"Ano bang kailangan kong gawin?"

"Buksan mo uli ang mata niya."

Iminulagat ni Rain ang mata niya. "Bukas naman ho ang mata ko."

Malakas na natawa si Ramiel.

"Matapang na bata pala si Rain." Komento ni Syodishaomem. "Marquiza nga siya."

"Halika sa tabi ko." Utos ni Leah kay Rain.

Hinawakan ng matanda ang magkabilang kamay niya.

"Tignan mo ang daliri niya sa kanang kamay, sa may palasingsingan, may marka r'yan." Paliwanag ni Ashara. "Kung tama ako kay galing sa anak ng diyos ang markang 'yan hindi ba?"

Tinignan iyon ni Leah at pinagmasdang maigi. Pabalik-balik ang tingin sa mukha ni Rain at sa kamay nito.

"Alam mo bang naiwan mo ang markang 'yan sa kanya o sinadya mo?" Tanong sa kanya ni Syodi.

"Dapat ba hindi na lang singsing?"

Wala sana siyang balak na mag-iwan ng kahit anong pwedeng maging koneksyon nilang dalawa ni Rain pero handa na siyang pumalit kay Rahz at bantayan na lang ito uli sa malayo.

Hinawakan ni Leah ang palasingsingan ni Rain at halos maiyak ito sa sakit nang tangkaing tanggalin iyon ng matanda; sinubukang kunin ang natitirang enerhiyang naiwan kay Rain ng diyos ng buwan.

"A-aray ko naman po." Hinila ni Rain ang kamay niya pabalik.

Naikuyom ni Ramiel ang kamao. *"Leah,"* nagbabantang tawag niya sa matanda.

Mukhang narinig naman siya nito.

"Mukhang magpapakita naman sa kanya ang anak ni Oyah, bakit kailangan mo pang ipabukas ang mata niya?" Sandaling napangiti si Leah bago tumingin sa asong si Ashara.

"Anong balak mo ngayon, bathala ng buwan?" Tanong sa kanya ni Syodi bago unti-unting binago ang repleksyon sa salamin. Bumalik na uli ang repleksyon ni Ramiel.

"Kung anong gusto ni Ashara."

"Tinatawag ka ni Leah, gusto mo bang ako na lang ang kumausap sa kanya?"

"Anong gagawin mo?" Tanong ni Ramiel sa diyosa.

"Iyong gusto mong gawin." Nakangiti na ang repleksyon ni Ramiel sa kanya.

"Bakit ka nandito?" Ang una niyang tanong nang lumitaw si Rain sa loob ng silid ni Syodishaomem.

Akala niya kaya siya pinaghihintay ng diyosa ay dahil babalitaan siya nito sa kung anong balak nitong gawin sa dalawang mangkukulam.

"H-hindi ko alam."

Nagpalinga-linga si Rain sa paligid na parang may hinahanap.

"Rain." Tawag niya uli sa babae. "Rain ikaw ba talaga 'yan?"

Humakbang siya papalapit dito pero ito naman ang humakbang palayo hanggang sa tumama ang likod nito sa pader na salamin. Inabot niya ang kamay nito at pumisil doon.

'Totoong nandito siya.'

"Sino ka ba?" Ang tanong ni Rain sa kanya.

Pero hindi niya na ito sinagot at hinalikan na lang.

Napahiwalay lang siya rito nang kagatin ni Rain ang labi niya. Pareho silang mulagat sa isa't isa.

Nalasahan niya ang sariling dugo sa bibig niya.

“Hindi ka totoo, hindi ka totoo, hindi ‘to totoo.”

"Sorry, Rain. Hindi ko..." Nag-iwas siya ng tingin dito. Halos silaban ang mukha niya sa sobrang hiya.

Inisip na lang niya ang mukha ni Rahz para pakalmahin ang sarili niya. Kung anong sasabihin sa kanya ni Oyah kapag nalaman nito ang ginawa niya ngayon at ang panunukso nila Homer.

—

"Hanggang kailan ako rito?"

"May pinto rito, kapag nahulaan mo kung alin d'yan, ibibigay ko lahat ng gusto mo."

'"Talaga?"

Tumango siya. 'Para sa'yo."

"Gusto kong yumaman."

"Wala akong money making factory."

"Asawang mayaman?"

Napailing siya. "Ang bata mo pa para mag-asawa."

At hindi rin siya handang makita ito mag-asawa ngayon. Kung noong mga nakaraan nitong buhay ay halos magka-away sila parati, at least ngayon magkaibigan naman sila kahit papaano.

'May kaibigan bang hinahalikan sa labi?'

"Sabihin mo na kung gusto mo ng umuwi."

Umiling si Rain tapos tumango bago umiling ulit.

"Ang gulo mo."

"Ano ka ba?"

Napangiti siya sa tanong nito. "Hindi ko alam kung paano ko sasagutin 'yan."

“Hindi mo alam o ayaw mo lang sabihin sa’kin?”

“Hindi naman sa ayaw, hindi lang pwede sa ngayon.”

Kahit ang totoo ay pwede naman niyang sabihin ngayon, lalo na at malapit lang si Syodishaomem. Paglabas dito ni Rain ay hindi naman nito maaalala ang lahat. Pero hindi naman siya makakasigurado na walang ibang makakaalam ng koneksyon nila ni Rain.

Wala pa rin siyang tiwala kay Syodi, hindi tulad ni Kyu ay mas mailap pa ito kay Gana kaya hindi niya alam kung bakit siya pinapaboran nito ngayon.

"Alam mo bang magkadugtong ang buhay natin Rain?"

"Ha?"

"Parang soulmates." Simpleng paliwanag nito sa kanya.

Parang lang.

Dahil hindi naman kailangan 'yon ni Rain. Magkarugtong lang din sila ngayon dahil sa tattoo ring na nilagay niya sa daliri nito at dahil pinagbabantay siya ni Rahz. Ang totoong may koneksyon ay si Oyah at Rain.

Ngayon lang siya nakaramdam uli ng inggit at selos.

Kaya siguro siya nag-iwan ng marka rito.

"Anong ibig sabihin nito?" Usisa sa kanya ni Rain bago pinakita ang marka sa daliri nito.

"Wala akong alam d'yan ah." Tanggi niya pero gusto niyang matawa sa tono na ginamit niya.

Kahit siya hindi niya makumbinsi sa kasinungalingang 'yon.

Na dahil sa inggit sa ibang diyos kaya niya ginawa 'yon.

"Genie ka hindi ba? Sabi mo kanina pwede akong humiling sa'yo kahit ano kapag nahulaan ko alin dito sa mga salamin ang daan palabas. Ibig sabihin nasa loob ako ng lamp mo."

Natawa na lang siya ng malakas. Napaka-imaginative talaga ni Rain. "Gusto mo bang hindi na ako makita uli?" Ang tanong niya naman dito.

Gusto niya pang magnakaw ng ilang oras para makasama ito.

Iling ang sagot ni Rain sa tanong niya.

"Hindi ako genie." Kumbinsi niya pa rito.

"Genie ka."

"Hindi nga."

"Hindi na ba kita makikita ulit?"

"Makikita pa naman, kaso baka matagalan."

Ayaw niyang isipin na baka sa susunod na pagkikita nila uli ay ihahatid na naman niya ito kay Naya.

“Grounded ka kasi hinalikan mo 'ko? Bakit?"

“Medyo komplikado, Rain. Baka sumabog utak mo kapag pinaliwang ko sa’yo ngayon.”

“Iyong tiyan ko sumabog na kakatawa, mamaya ‘yung pantog ko naman. Tapos sasabihin mo sa’kin baka sumabog ang utak ko?”

“Kawawa namang lamang-loob mo Rain.”

Hindi na napigilan ni Ramiel na matawa uli.

Itatawa na lang niya ang sakit ng puson niya ngayon. Masyadong delikado na magkaharap sila uli ni Rain lalo na ngayon.

Kung hindi siya ikukulong ni Makar ay siya na ang magkukulong sa sarili niya.

"Salamat, Rain." Bulong niya rito. "Salamat." Ulit niya pa.

Alam niyang magkikita pa sila uli pero sana hindi muna kaagad.

Huwag muna uli dahil baka hindi na niya makontrol ang sarili niya.

"Anong ginawa mo?" Tanong niya kay Syodi nang makabalik ito.

"Okay na, siya muna ang magbabantay kay Rain at sa donatus ni Rahz."

"Bakit?"

"Binura ko lahat ng aalala niya bilang Sherlock at para mabantayan din siya ni Rahz."

Napatango na lang siya. "Mabuti naman."

The Gods

RAIN

Ang diyos ay parang hangin. Nandyan pero hindi mo kailanman mahahawakan.

Ang diyos ay ang salita.

At marami pang iba.

Lumaki si Rain na walang pinaniniwalaang diyos dahil hindi naman relihiyoso ang nanay niya. At mas lalong walang nababanggit ang tatay niya tungkol sa diyos. May mga diyos na nabanggit sa school at ng mga kaibigan niya pero hindi niya sila maintindihan.

May mga kilala siyang ipinanganak at bininyagan sa relihiyon na pinili ng magulang nila. May ibang pumili ng kanila at napamahal sa diyos na 'yon. May mga taong ginagawang dahilan ang diyos para makatakas sa kasalanan. At may ibang naghahanap pa ng diyos dahil wala na silang tiwala sa sarili nila.

Kahit kailan ay hindi siya nagkaroon ng interes sa diyos—o mga diyos.

Ngayon lang siya nagkaroon ng interes—ng dahilan para kilalanin sila.

Ilang araw na umaambon at makulimlim simula nang maghiwalay sila ni Ramiel. Buti na lang kasama niya si Feliz kaya at alam nito ang tungkol sa mga pinsan nito kaya may napapagsabihan siya at may natatanong kahit paano.

"Sa tingin mo anong parusa kaya 'yung binigay sa kanya?" Tanong niya sa kaibigan.

"We don't know, I asked Kuya Rahz too, pero wala rin daw siyang alam. Maybe he knows but he's just pretending not to know."

"Grabe paano mo naging pinsan 'yung mga 'yun kung mortal ka lang sabi ni Ramiel? Donatus ka siguro 'no?"

"Oh, actually." Nag-hairflip pa ito. "I'm Kuya Rahz's assistant."

"Assistant saan?"

"Actually not assistant, more like, bodyguard? Spy? I follow his donatus and protect them–*him*."

Mahinang natawa si Rain. "Ikaw pa talaga? Bakit daw ikaw? Pwede mo rin bang sabihin sa'kin sino 'yung sinusundan mo?"

"Someone in our class, bonus ka rin pala 'coz Kuya asked me to look after you too while Kuya Rami's gone."

Hindi na niya pinansin ang huling salitang nabanggit nito. Ayaw niyang malungkot dahil wala si Ramiel, pakiramdam niya sapat na ang makulimlim na langit at minsang pag-ulan dahil alam niyang and'yan pa rin naman si Ramiel kaya wala naman talaga siyang ikalungkot.

'Babalik siya.'

"Pero mortal ka 'di ba? So wala kang powers o donatus ka rin?" Balik na tanong niya rito.

Naisip niya rin na imbes na malungkot ay mas mainam pang alamin ang lahat ng tungkol sa kanila. Kahit naguguluhan pa rin siya minsan at napapatanong tuwing umaga kung totoo bang may kaibigan siyang may pangalang Feliz.

"I'm actually a witch—but I forgot how to use spells so I'm currently borrowing some of Kuya's power to protect you, his donatus and myself."

Ibinuka ni Feliz ang kamay at may lumitaw na maliit na bola ng liwanag roon.

"Wow, isa kang *saiyan*. Portable flashlight 'yan?"

Isinarado naman ng kaibigan niya ang kamay at napahagalpak ng tawa. "It's small but it's enough to annihilate Sonu's spawn."

"Sino na naman 'yan? God of Underworld ba 'yan?"

'Sonu, okay may bago na namang additional note.'

Umiling si Feliz. "Nope, he's one of the nicest god kaya. Sonu's the god of chaos so…you know. He likes to stir things up sometimes and he hates Kuya Rami."

"Bakit inano siya ni Ramiel?"

"Ramiel drowned one of his wife."

Napamaang si Rain sa narinig. "What the–"

"Yeah. Makar ordered him to do so."

Nitong mga nakaraang araw hindi niya pa rin maintindihan minsan kung totoo ba lahat ng nakita at narinig niya, madalas nga naiisip niya baka nananaginip pa rin siya at ang totoo ay nasa ospital siya ngayon at comatose.

Pero tuwing naaalala niya si Ramiel at ang usapan nila, nanghihinayang siya na isiping panaginip lang lahat.

'Sayang naman, minsan na nga lang may magkagusto sa'kin.'

"Bakit ba kasi may tulad kong walang soulmate?" Tanong niya kay Feliz.

"You're favored by Reus and Gaia, so you don't need a soulmate because you're already complete."

Nang malaman niya 'yon kay Ramiel, hindi niya maiwasang malungkot dahil buong buhay niya ay hopeless romantic siya. Halos lahat ng romance movie laging may soulmate o tinatawag na The One parati tapos malalaman niya wala pala siyang gano'n.

"Kaya pala parang okay lang sa'kin tumandang dalaga." Natatawang aniya rito. "Bakit ba kasi hinati ni Reus 'yung iba?"

"May kasalanan sila." Simpleng sagot ni Feliz sa kanya. "Pero more on, nayamot siya sa kanila. Nung wala pa si Makar pwedeng gawin ng ibang gods 'yung gusto nila sa mga tao."

"Pero bakit gano'n naalala ko sabi ni Ramiel pinilit daw siyang ikasal. Kailangan ba nila 'yon?"

Nag-kibit ng balikat si Feliz. "I don't know, baka way lang nila 'yon para mag-move-on si Kuya Rami."

Nakahinga siya nang maluwag sa narinig. *'Buti naman pala.'*

—

Dahil sa dami ng activities niya, nawalan na siya ng oras na isipin pa ang lahat ng nangyari.

Iyon sanang oras na ikalulungkot niya tuwing nakikita ang buwan ay naging stress dahil sa paghahabol niya ng oras para makapasa ng activities. Kung may kinalaman si Rahz o Ramiel sa pagbilis ng paglipas ng araw ay hindi niya alam.

Ilang gabing nagtago ang buwan sa makapal na ulap. Kung tama si Rain ng pagkakaalala, Kyu ang pangalan ng ulap. At kung mas tama ng pagkakatanda si Rain sa pangalan ni Kamatayan.

"Naya?" Ang tawag ng tatay niya sa lalaking kumatok sa pinto nila.

'Baka kapangalan lang?'

"Sino raw?" Usisa ng nanay niya bago sumilip rin sa nakasiwang na pinto. Nanatili naman siyang nakaupo sa sofa.

"Long time no talk, David my friend!" Ang rinig niyang bati ng hindi kilalang lalaki.

"Sino nga siya?" Ulit na tanong ng nanay niya.

"Boss ko."

Nilakihan ng tatay niya ang bukas ng pinto at pinapasok ang bisita nila. Halos lumuwa naman ang mata ni Rain nang makita kung gaano ito katangkad, halos abot na nito ang kisame ng bahay nila, abot hanggang tuhod ang itim nitong buhok at ang mata nito ay purong itim lahat.

"Dadd—"

"Hello sa'yo, Rain." Nakangiting bati nito sa kanya bago umupo sa sofa. Halos sakop na nito ang upuan kaya napausog siya palayo rito.

"Grabe ang laking tao pala ng boss mo?" Malakas na bulong ng nanay niya sa tatay niya.

Hindi siya sigurado kung pareho ba sila ng nakikita ngayon bukod sa tangkad ng nilalang na katabi niya ngayon. Pero isa lang ang sigurado siya, sigurado siyang ito si Naya na binanggit ni Ramiel.

Ang diyos ng kamatayan.

"Ikaw pala si Rena, nice to meet you pala." Ngiting-ngiting bati nito sa nanay niya na sinuklian naman nito ng ngiti.

"Ay nako, ako nga. Gusto mo ba ng maiinom? Juice, kape o tubig?"

"Kape na lang."

Mabilis na nagpuntang kusina ang nanay niya. Samantalang umupo naman ang tatay niya sa single seater na sofa at tumingin sa kanya. "Rain, pwede ka na umakyat."

"Oh bakit pinapaakyat mo si Rain?" Nilingon siya ni Naya at ngumiti, litaw ang matutulis nitong ngipin. "Hindi ba pwedeng kilalanin ang mapapangasawa ng diyos ng buwan?"

Nangilabot si Rain nang abutin siya nito para guluhin ang buhok. "Nakikita mo ako hindi ba?"

Tumango siya uli.

"Huwag mong takutin ang anak ko." Mariin ang pagkakasabi ng ama niya rito.

"Hindi ko siya tinatakot, gusto ko lang siya talagang makilala."

"Hindi mo pwedeng ipagkait ang pagkakataong ito sa akin at sa ibang diyos habang buhay, David."

Malakas ang kabog ng dibdib ni Rain dahil sa takot. Sinong mag-aakalang mismong diyos ng kamatayan ang boss ng tatay niya at—*'Please, please normal na mechanical engineer lang ang tatay ko 'di ba?'*

"Ito na ang kape mo." Inilapag ng nanay niya ang tasa ng kape sa ibabaw ng center table. Madaling kinuha naman 'yon ni Naya at humigop roon.

"Salamat ng marami, Rena."

"Nako ok—" Napahikab ang nanay niya. "Okay lang." Namungay ang mata nito bago nilingon ang asawang si David.

"Patulugin mo muna ang asawa mo ha? Hatid mo muna siya sa kwarto ninyo at mag-uusap muna kami ni Rain."

Mabilis na tumayo ang tatay niya at sinalo ang nanay niya bago matumba. Nilingon muna nito ang katabi niyang si Naya, "Kapag may ginawa ka sa anak ko—"

"Ouch David! Ang sakit naman niyan sa tagal nating magkasama ay wala ka man lang tiwala sa akin? Parang hindi mo naman ako kilala."

Nilingon siya ng tatay niya, "Babalik ako agad, huwag kang maniniwala sa sasabihin niya."

Nang maka-akyat ang tatay niya ay nilingon siya uli ni Naya. "Hindi na ako magpapaligoy-ligoy pa ha?"

Hindi siya sumagot. Ayaw man niyang tignan ito sa mata ay hindi niya maiwas ang paningin niya rito.

"Mamamatay na ang mahal mo."

Fate

RAIN

Wala pang namamatay sa pamilya ni Rain—meron naman pero wala pa siyang muwang no'n kaya hindi kasali sa bilang 'yon. Wala rin siyang naging alagang hayop kaya hindi niya pa nararamdaman ang lungkot ng mawalan.

Sa loob ng labing-walong taon ay tanggap ni Rain na lahat ng bagay sa mundo ay may katapusan. Sa isip niya, isang biyaya na may tuldok ang lahat.

Pero iba pa rin pala talaga kapag kaharap mo na mismo ang kamatayan—si *Kamatayan.*

Malayo ang diyos ng kamatayan na na-imagine nila noon ng kaibigan niyang si Black.

Hindi ito kalansay. Lalong walang dalang karit. Pero may itim itong roba na abot hanggang sahig. Sobrang tangkad na halos makain na ang espasyo sa buong kabahayan nila, mahaba ang itim na itim nitong buhok at kumikinang ang itim na pares ng mata.

Malayo kay Ramiel na mukhang rakista. Suot at presensiya palang ni Naya ay sumisigaw na hindi ito ordinaryong nilalang.

Hindi kaagad rumehistro sa utak ni Rain ang sinabi nito.

"Joke lang." natatawang anito. "Masyado ka kasing tense. Pero medyo hindi joke 'yon, so parang half joke lang talaga siya." paliwanag pa nito sa kanya.

"A-anong ibig mong sabihin?"

"Well, matagal nang nagtatrabaho sa akin si David tapos mortal naman ang nanay mo kaya magkikita at magkikita pa rin kami sa tamang panahon. Samantalang ikaw..." Mapanuring tinignan siya nito. *"Anong balak mo?"*

"Anong balak ko?" Tanong niya rito pabalik.

Tumango ito. "Oo. Anong balak mo? Hindi mo pa tinatawagan si Kenley." Nakangiting sabi nito sa kanya bago inabot uli ang tasa ng kape at humigop doon.

'Oo nga…'

Sa dami ng dapat niyang gawin na school activity, wala na siyang oras para isipin pa kung anong gagawin niya sa nalaman niya. Kahit pag-iisip bago matulog ay hindi na niya magawa dahil sa pagod. Ni hindi na nga niya maalala ang ginawa niya kahapon, noon kahit panaginip niya naaalala niya pa.

Sabi ni Feliz, blessing daw 'yon dahil nakakatulog pa rin siya.

"Hindi ko alam."

Hindi niya talaga alam. Mahirap pa rin tanggapin na totoo lahat ng nangyari, si Feliz lang ang nagpapaalala sa kanya sa lahat ng nangyari, pero sa tingin niya kahit walang tulong ni Kenley ay madali na sa kanyang makalimutan lahat dahil sa rami ng kailangan niyang gawin.

Pwede na niyang i-suggest na alternative option ang school activities para makalimutan ang ibang bagay.

"*Hmm…*" Nagbuga ng hangin si Naya. "Kung gano'n wala naman palang dapat ipag-alala si Makar sa'yo dahil mukhang akupado ka ngayon."

'Makar na naman?'

Parati na niyang naririnig ang pangalan ng diyos na 'yon. Pero bihira lang magkwento si Feliz tungkol kay Makar dahil wala rin itong masyadong alam tungkol sa diyos na 'yon.

"Huwag kang mag-alala, gusto ko lang talaga kayo makita ng nanay mo."

"Iyon lang talaga?"

"Joke lang uli."

Sa puntong 'to hindi na alam ni Rain kung anong dapat sabihin at gawin.

"MISIS MO 'TO!"

Napapitlag si Rain nang marinig 'yon. Kung hindi pa iwinagayway ni Naya ang hawak na cellphone ay baka nagtatakbo na siya sa gulat.

"Hello!" Bati ni Naya.

'Grabeng ringtone naman 'yon naka-max volume?'

"Ya? Oo nandito me kina David. Why?" Saglit siyang tinapunan ng tingin nito. "Oo nakita ko na siya. Ay batet? Oki, oki."

Nang ibaba nito ang cellphone ay malungkot siyang tinignan ni Naya. "Anak ka ngang talaga ni David, ang hirap niyong patawanin pareho. Relax ka lang d'yan Rain, mabait ako. Friends kami ni Rami."

—

"Babalik na raw si Ramiel pero banned pa rin sa pakikipagkita kay Rain. Need daw muna pa-graduate-in 'yung bata." Paliwanag ni Rahz kina Roki.

Nasa playroom sila ni Rashel. Sa gitna ang malaking billiard table na pinalilibutan nilang lahat, pero imbes na billiard ang nilalaro nila ay snakes and ladders na dala ni Roki.

"Malamang kaya nga itinago ni Oyah si Rain 'di ba? Para kapag nagkita sila uli legal na sa paningin ng mga mortal." Sagot ni Roki bago inalog sa kamay ang dice at itinapon sa mesa.

"Para raw 'di mukhang nagpapalaki ng bata si Ramiel." Naiiling na ani Rashel bago kinuha ang dice na itinapon ni Roki bago kinalog sa kamay.

"Kailan sila pwedeng magkita?" Tanong naman ni Rioz na nanonood sa paglalaro nila, ilang hakbang na lang ay panalo na si Rahz.

"Kailan pa tayo sumunod sa batas na ginawa nila?" Tanong naman ni Roki.

"Graduation siguro o pag 'di na mainit ulo ni David. Binisita kasi sila ni Naya nung nakaraan, ayun tuloy." Paliwanag ni Rahz kay Rioz bago tumingin kay Roki. "Kay Makar mo itanong 'yan."

Ilang dekada rin nilang pag-uusapan ang tunay na pag-ibig ni Ramiel, lalo na ngayon halos lahat ng ibang diyos ay napapansin na sila Rain. Alam naman ni Rahz na mangyayari 'yon pero dahil sa chismis ni Naya mas mabilis kumalat ang balita.

"Papansin talaga 'yon si Adan kahit kailan." Ani naman ni Rioz. "Gusto niya lang yatang pumatay ng bagong diyos."

"Shh." Saway ni Rahz. "Kasama naman nila si David at Feliz, tsaka literal na nandyan pa rin si Ramiel at alam ng lahat na mahirap siyang galitin."

Isa sa pinaka-kalmado at mabait na diyos si Ramiel. Kaya alam nila na mahirap itong kalaban. Marami pang galit sa paglunod nito sa ibang diyos.

The Immortal

RAIN

Nang umalis ang diyos sa bahay nila ay agad na bumaba ang tatay niya para kausapin siya.

Nakakabingi ang tibok ng puso ni Rain nang tumabi ang tatay niya sa kanya.

Marami siyang gustong itanong dito pero hindi niya alam kung alin ang uunahin. Mukhang alam naman 'yon ng tatay niya kaya ito na ang nagsimulang magkwento sa tunay nitong *trabaho.*

Habang nakikinig siya, parang may parte ng utak niya na gustong itulak lahat ng naririnig niya palabas ng utak niya at itulog na lang ang lahat; pilit kinukumbinsi na hindi reyalidad ang lahat ng nangyari at nakita niya.

Ilang oras na lang ay sisikat na ang araw, pero hindi pa pumapasok sa isip niya na baka ma-late siya sa school kung pipilitin niyang matulog matapos ang engkwentro kay Kamatayan. Malamig na ang kape sa loob ng tasa na ginamit ni Naya habang kanina pang nakayakap si Rain sa binti niya habang nakikinig siya sa kwento ng tatay niya.

"Ibig niyong sabihin, hindi talaga siya 'yung nasundo sa mga patay kun'di kayo talaga?" Hindi makapaniwalang tanong ni Rain sa tatay niya.

"Hindi na raw niya kayang magsundo ng anak araw-araw, masyado na tayong marami."

"Anak?"

Tumango si David. "Bago siya naging si Naya, siya muna si *Adan.*"

Napasinghap si Rain. Ngayon mas gusto na niyang malaman lahat tungkol sa mga ito, kung ilang kwento ang nagbago, nadagdag o nabawasan. Mas marami na siyang gustong itanong.

"Totoo bang malapit ka sa diyos ng buwan?" Tanong nito sa kanya.

Tango lang ang isinagot niya rito. *'Ngayon malayo na kami sa isa't isa.'*

"Makakalimutan mo rin siya." Parang nakita na nito ang hinaharap dahil sa tono nito. Parang siguradong-sigurado na makakalimutan niya nga lahat tungkol kay Ramiel.

Saglit na niyakap siya ng takot dahil do'n.

Ayaw niyang makalimutan ang tungkol kay Ramiel kahit isipin niyang panaginip lang ang lahat.

"Makakalimutan ko rin siya? Kaya niyo rin bang mag-memory wipe tulad nung kaibigan ni Ramiel?" Tanong niya rito nang maalala ang kaibigan na binanggit nito.

"Hindi. Pero alam kong madaling makalimutan ng mortal ang diyos na mapagkunwari."

Natahimik siya. Alam niyang wala na siyang dapat itanong sa sinabi nito dahil kahit 'yon ay hindi niya masyadong maintindihan.

'Mortal.'

Gusto niyang itanong pero mukhang sapat na sagot na ang pagbanggit ng tatay niya sa salitang 'yon.

"Alam ba ni Mommy?" Ang naitanong na lang niya rito.

Umiling ang tatay niya. "Hindi."

"May balak kayong sabihin sa kanya?"

Iling lang uli ang sagot nito.

"Ibig bang sabihin, ikaw din ang susundo sa kanya kapag..."

"Hindi."

Napahikab si Rain. "Iba ang susundo sa kanya?"

Kahit anong pilit ni Rain idilat ang mata niya ay mabigat na mabigat na ang talukap ng mata niya, hindi na rin niya masyadong maintindihan ang sinasabi ng tatay niya.

"Malapit ng matapos ang kontrata ko sa kanya."

Gusto niya pang magtanong pero sapat na kay Rain ang sagot na 'yon nang oras na 'yon. Hindi na kailangan ng detalyadong sagot.

—

Tama nga siguro ang tatay ni Rain, makakalimutan niya rin ang lahat ng nangyari dahil konting oras lang naman ang pinagsamahan nila ni Ramiel. Na baka tulad lang ng mga nababasa niyang romance novels tungkol sa puppy love ang mangyayari, pakikiligin ka sa una tapos hindi naman sila magkakatuluyan sa huli.

Akala niya pagkatapos niyang magbabad sa pag-aaral ay magigising na lang siya uli na hindi na maaalala lahat. Walang Feliz at mga pinsan nito, malabo na uli ang paningin niya.

Na tuwing nakikita niya ang buwan ay hindi wala siyang maiisip kun'di isang bato lang 'yon na nakalutang sa kalawakan at hindi diyos na nagkagusto sa kanya.

Mas madali lang sana kalimutan lahat kung—"Hindi pwede." Tutol ng tatay niya nang ayain siya ni Feliz na magpunta sa bahay nito.

"Bakit naman hindi?" Tanong naman ng nanay niya rito.

"Basta hindi pwede."

Pagkatapos malaman ng tatay niya lahat ng nangyari kay Naya ay mas naging strikto na ito sa lahat. Nagkabaliktad na ang sitwasyon. Kung noon, nanay niya ang ayaw siyang tantanan sa lahat ng bagay. Ngayon, tatay naman niya ang tanong ng tanong tungkol sa ginagawa niya.

"Paano na magkaka-jowa si Rain kung lagi mong binabakuran?" Himutok ng nanay niya.

"Ay mas okay nga po 'yon," Nakangiting ani Feliz. "Wala po akong kaagaw."

Nangunot ang noo ni Rain sa narinig. "Wala kang kaagaw sa'kin pero kaagaw ko naman si Black sa'yo."

Hindi niya alam kung tama ba ang naging desisyon niyang ipakilala si Black at Feliz sa isa't isa dahil lalong nagkaroon ng dahilan ang dalawa niyang kaibigan na guluhin siya sa buhay at bahay nila.

Tapos ngayon, mukhang hindi lang yata friendship ang ending ng dalawa dahil mukhang crush na ni Feliz si Black, at umamin na rin si Black sa kanya nung isang linggo na may gusto rin ito kay Feliz.

Imbes na mag-isa siyang nagpapaka-stress sa thesis ay binubwisit siya sa buhay ng dalawa niyang kaibigan dahil parehong hindi umaamin sa feelings ng isa't isa.

"Dito na lang kayo sa bahay, para makikita kayo ng nanay mo." Suhestiyon ng tatay niya.

"Pwede rin, tapos papuntahin mo si Black." Sang-ayon ng nanay niya.

Alam ng nanay niya ang feelings ni Feliz kay Black at ngayon ito na ang captain ng ship ng dalawa.

"Oo, mas magandang dito na lang kayo mag-movie marathon." Sang-ayon ng tatay niya.

"Ayoko, si Black na lang imbitahan mo sa bahay niyo."

Yumapos si Feliz sa braso niya at sumimangot. "Hindi pwede, magagalit si Kuya Rahz."

"Dito na lang nga." Kumbinsi ng nanay niya. "Tapos iiwan namin kayo rito sa sala."

"Sakto baka matapos ko 'yung part ko no'n habang naglalandian kayo rito sa baba."

Mahinang hinampas siya ni Feliz sa braso. "Grabe ka naman!"

"Masyado pa kayong bata para ro–"

"Huwag kang panira ng lovestory." Putol ng nanay niya sa sasabihin ng tatay niya.

"Sinasabi ko lang naman."

—

"Bumaba rin ang ulirang mag-aaral!" Ani Black nang bumaba siya sa sala para tignan kung ano nang ginagawa ng kaibigan niya dahil umalis ang nanay niya para magpunta ito sa sariling studio.

Halos alas-ocho na ng gabi nang matapos siya kakahanap ng references. Na-distract pa siya magbasa ng manga.

"Order na ako ng dinner?" Tanong naman ni Feliz. "Eight na pala hindi pa tayo nakain."

"May iniwan si Tita na pagkain sa ref, kainin na raw natin 'yung adobo."

"Hilaw pa 'yon!" Natatawang ani Feliz.

Natawa na lang din naman siya at dumiretso na lang sa kusina at iniwan ang dalawa sa sala.

"Rain! Order na lang me ng ulam!"

"Ge! Saing na lang ako." Sigaw niya pabalik.

Habang binabanlawan ni Rain ang bigas sa rice cooker, naisip niya kung gaano kakomportable lahat ng nangyayari sa kanya ngayon. Parang matagal ng parte ng pamilya nila si Feliz at parang hindi sila binisita ni Kamatayan para uminom ng kape at maki-chismis.

Tinatraydor na naman siya ng isip niya. Gusto niyang paniwalaan lahat ng nangyari pero at the same time ayaw niya rin.

Pagkasalang niya ng sinaing sa rice cooker ay nakinood na lang siya ng pelikula kasama sila Feliz.

Pero wala pang kalahati ay magkasandal na ang dalawa at mahimbing ng natutulog. Kukunan niya sana ng picture ang dalawa nang marinig niyang may kumakatok sa bakal nilang gate.

'Iyon na yata 'yung pagkain.'

Dali-dali siyang lumabas.

Pagkabukas niya ng gate ay hindi delivery boy ang nakatayo sa harapan niya.

Pamilyar ang ripped jeans na suot ng estranghero. Naka-ball cap at hindi niya maaninag ang mukha nito sa ilalim no'n pero nakilala niya agad ang pamilyar na kinang ng suot nitong lip ring sa street light.

"Ramiel?" Tawag niya rito.

Tinanggal naman nito ang suot na sumbrero at sinalubong ang tingin niya. Mas mahaba na ang buhok nitong naka-half ponytail, lagpas dibdib na 'yon samantalang napagupitan na niya ang kanya dahil naiinis siyang magtali parati.

"Rain."

Napahinga siya ng malalim. Malakas ang kabog ng dibdib niya nang marinig ang boses nito uli.

"Akala ko food delivery." Natatawang aniya rito.

Parang sinagot na siya ni Universe ngayon dahil sa paglitaw ni Ramiel sa harapan niya. Ilang araw na niyang kinukwestyon lahat ng nangyari, kung alin ang totoo at hindi. Kung panaginip lang ba talaga ang lahat o isang pantasya na binuo niya dahil sa sobrang bagot.

"Disappointed?"

Umiling siya bago inaya itong pumasok ng bahay nila.

Pero tumanggi ito.

"Bakit?"

"May ibibigay sana ako kay Feliz."

"Ayaw mo ba talaga?" Tanong niya pa rito.

"Akala ko talaga hindi ikaw 'yung magbubukas ng gate."

"Bakit may hinihintay ka bang iba?"

Umiling si Ramiel bago humakbang papalapit sa kanya. Nasa loob pa rin siya ng garahe nila.

Napatitig na lang siya sa mukha ng lalaki nang may ilaw na suminag sa gilid ng mukha nito. Napalingon naman si Ramiel kung saan galing ang liwanag. "Food delivery na yata 'yon."

Inabot ni Rain ang braso nito bago hinila papasok. "Pumasok ka na. Kami-kami lang nandito nila Feliz."

"And'yan 'yung kaibigan mong si Black hindi ba? Anong sasabihin mo kapag nakita niya 'ko?"

"Sasabihin ko kaklase kita."

"Hindi naman niya nakalimutan 'yung pagkikita namin."

"Ano—"

Hindi na natuloy ni Rain ang sasabihin nang tawagan siya ng delivery boy at tanungin kung tama ba ang address nila. Pagkaabot nito sa kanya ng paperbag ay isinarado niya ang gate at kunot ang noong tinignan si Ramiel.

"Anong hindi niya nakalimutan? Hindi ka nga niya nabanggit sa'kin kahit isang beses, kahit sa text. Pati si Obsidian walang nababanggit."

"Oh?" Takang tanong nito sa kanya pabalik. "Pero hindi naman sila nakita ni Kenley."

"Pero wala talaga silang nabanggit tungkol sa'yo. Hindi naman sila nagkaroon ng amnesia—pero teka nga bakit ka pala nandito?"

"Nag-chat ako kay Feliz, iaabot ko sana sa kanya 'yung hinihingi niyang bracelet."

"Bracelet?"

Tumango si Ramiel bago kinapa ang bulsa ng pantalon at pinakita sa kanya ang silver chain bracelet. "May pagbibigyan daw siya tapos kailangan na niya ngayon, kaya akala ko hindi ikaw 'yung magbubukas kasi sabi niya kumatok lang ako."

Duda pa rin si Rain sa sagot nito pero pinapasok niya na lang din si Ramiel sa loob ng bahay nila. Ginising niya si Black at Feliz na tulog pa rin.

Tinignan niya ang reaksyon ng kaibigan niyang si Black nang makita si Ramiel. "Uy? Long time no talk?"

"Kilala mo si Kuya Rami?" Tanong ni Feliz kay Black.

"Ito 'yung crush ni Rain na inuwi niya rito sa bahay nung tag-ulan. Akala ko 'di na kayo uli magkikita." Natatawang kwento nito.

"Naaalala mo siya?" Hindi makapaniwalang tanong ni Rain sa kaibigan niya.

"Oo? Hindi ba dapat?"

"Pero hindi niyo siya nababanggit sa'kin."

"Bakit parati ba naman tayong nag-uusap?"

May punto naman ang kaibigan niya. Simula nung mag-transfer siya ng school hindi na nga niya ito masyadong nakakausap, busy din naman ito sa schoolworks at malamang sa jowa nito kaya hindi na niya na makausap. Ngayon lang nga sila madalas magkita at magkasama dahil kay Feliz.

"Magkaibigan pa rin pala kayo ni Rain?" Tanong ni Black kay Ramiel. "Ganda mo pa rin."

"Hello, sir. Nandito pa ako." Sabi naman ni Feliz bago iwinagayway ang kamay sa harapan ni Black.

"Alam ko." Sinalo ni Black ang kamay ni Feliz at hinawakan 'yon.

"Magkaibigan pa rin kayo?" Ulit na tanong ni Black kay Ramiel.

"Oo." Sagot ni Ramiel.

Napatango-tango si Black bago nilingon si Feliz, hawak pa rin ang kamay nito. "Magkakilala kayo?"

"Pinsan ko siya."

"May iba ka pa bang pinsan na single?"

"Gutom na 'ko, wala pa ba kayong balak kumain?" Tanong ni Rain para hindi na humaba pa ang debate ng dalawa niyang kaibigan.

"Single naman ako." Natatawang sagot ni Ramiel.

"Si Rain din, single pa. Hindi pa yata nakaka-move—aray!" Naputol ang sasabihin ni Black nang ibaon ni Feliz ang kuko sa kamay nito.

Golden Thread

RAIN

Saktong pagkatapos nilang kumain ay dumating ang nanay at tatay niya. Balak niya na sanang palayasin ang tatlo pagkatapos nilang maghugas ng pinggan pero ayaw ni Feliz na umalis sila at nag-request pa ng isang movie dahil hindi raw siya nakasamang manood kanina.

"Hindi pa pala kayo nakakatapos d'yan? Kanina pa 'yan ah?"

"Oo nga, wala pa kayong balak umuwi?" Sang-ayon ng tatay ni Rain pero kay Ramiel lang ito nakatingin at hindi sa dalawa niyang kaibigan na magkatabi sa upuan.

"Hindi po kaya nanood si Rain, nag-aral lang siya maghapon."

Alalang tinignan si Rain ng nanay niya. "Anak baka masyado kang tumalino at hindi ka na talaga magka-jowa."

"Hindi naman niya kailangan 'yon." May talim ang salita ng tatay niya bago tumingin kay Ramiel.

"Tumigil ka nga." Saway ng nanay niya sa ama. "Hindi habang buhay na baby si Rain."

—

"Anong nangyari Kuya?" Tanong ni Feliz kay Ramiel habang nakaupo silang tatlo sa carpet. Hinayaan na sila na maiwan sa sala pero alam ni Rain na nakikinig ang tatay niya sa kung anong ginagawa nila; nagbabantay.

"Hinanap ko si Gana."

"Sino naman 'yon?" Usisa ni Rain.

Hindi sapat ang nalaman niya kay Feliz kaya kapag may pagkakataon siya ay hinahanap niya ang mga pangalang nabanggit nito sa internet, pero wala siyang makita bukod kay Oyah na hindi naman tugma sa description ni Feliz.

"Universe." Sagot sa kanya ni Feliz. "Iyong lagi mong tinatawag." Natatawang dagdag pa nito.

Naguguluhang tinignan niya ang dalawa. "Okay? So…hinanap mo si *Universe?* So boss niyo siya gano'n?"

"No. More like, si Makar pa rin kasi hindi naman uso kay Gana 'yung rules."

Naguguluhan pa rin si Rain pero tumango na lang siya. Gusto niyang maintindihan lahat pero kailangan niya munang matutong lunukin ang lahat ng tanong at matutong makinig sa mga ito dahil wala siyang makitang libro tungkol sa *Primodiozes.*

"Nahanap mo ba siya Kuya?"

"Yes."

"Anong nangyari?"

Napahigop si Rain sa kapeng tinimpla nila ni Feliz. Akala niya, sila lang ang matitira at uuwi na rin si Ramiel.

"Wala naman, nagkuwentuhan lang kami."

"Tapos?"

"Tapos tinanong ko siya tungkol dito." Ani Ramiel bago inangat ang kanang kamay at inangat ang hinliliit.

Nangunot ang noo ni Rain. "Anong meron d'yan?"

Nilingon siya ni Ramiel bago tipid na ngumiti. "Gusto mo makita?"

"Malamang—I mean ano ba 'yan?"

Nag-muwestra si Ramiel sa kanya na umusog siya ng upo palapit. Nang malapit na siya rito ay tinaas nito ang kamay at inilapat sa noo niya. "Close your eyes."

Sumunod naman siya rito at pumikit.

"Okay, open sesame."

Idinilat niya ang mata niya. Gano'n pa rin ang mukha ni Ramiel, nakaupo pa rin sa tabi nito si Feliz at nasa sala pa rin sila. Wala namang nagbago bukod sa…nadapo ang tingin niya sa kamay ni Ramiel na nakapatong sa lamesita.

Sa hinliliit ng kanang kamay ng diyos ay may nakataling gintong sinulid. Maraming kwento tungkol sa fate strings, soulmate strings, red strings of fate, pero walang nabanggit tungkol sa golden thread. Pero kung tama ang hinala ni Rain parang ganon din ang ibig sabihin no'n para sa kanilang mga diyos. Naalala niyang nabanggit ni Feliz 'yon tungkol kay Rahz at Hana.

Hindi tulad ng pulang sinulid ni Hana ay mas matibay ang golden thread, hindi rin ang diyosa ang may hawak no'n kun'di iba pang diyos na may pangalang *Ambri.*

"Ah...*wow.*"

'Ibig sabihin ba no'n may soulmate na siyang diyosa?'

"Rain?" Tawag sa kanya ni Feliz.

Nagbara ang lalamunan niya. Gusto niyang maiyak sa lungkot bigla nang maisip na nakatadhana na sa iba si Ramiel.

'Huwag kang malungkot d'yan Rain! Hindi mo naman 'yan kailangan.'

"Rain!" Tawag uli sa kanya ni Feliz nang hindi siya sumagot.

"Bakit ka umiiyak?" Tanong sa kanya ni Ramiel bago siya hinila palapit para yakapin siya.

"C-congrats." Aniya rito bago yumakap pabalik.

"Congrats." Bati rin ni Feliz.

Bumitaw siya kay Ramiel at mahinang itinulak ito palayo. "So...sinong diyosa?"

Pinalis niya ang luha niya bago sinalubong ang tingin ni Ramiel.

Akala niya lungkot din ang makikita niyang emosyon sa mata nito pero kabaligtaran ang nakita niya. Wala ni katiting na lungkot o panghihinayang ang naroon. Parang isang kasinungalingan lang lahat ng narinig niya tungkol sa paghihintay nito—parang wala itong sinabi sa kanya.

'Dapat ba 'kong magalit sa kanya?'

"Sinong diyosa?" Tanong ni Ramiel pabalik sa kanya bago mahinang natawa.

"Sino nga?" Pinilit niyang matawa.

Naguguluhang tinignan naman siya ni Feliz bago itinaas ang sariling kamay. "Look at your pinky."

Nangunot ang noo niya bago tinignan ang parehong kamay niya. Nang mahagip ng mata niya ang kinang ng sinulid sa kanang hinliliit niya ay napatingin siya uli kay Ramiel, bago hinanap ang kamay nito at ang gintong sinulid.

Nagpabalik-balik siya ng tingin sa kamay nilang dalawa.

Epilogue

RAIN

"*Anong gusto mo paglaki mo?"*

Sobrang gasgas na tanong ng matatanda sa mga bata. Pero nung tinanong siya ng Mama niya noon, wala siyang masagot. Nung una akala niya mali 'yon kasi lahat ng kaibigan niya may handang sagot sa paulit-ulit na tanong na 'yon.

Pero kahit kailan hindi nagalit ang tatay niya niya sa pagtahimik niya tuwing tinatanong siya sa gusto niyang gawin paglaki niya.

Kasi nga naman, *"Anong alam ni Rain d'yan? Six years old palang siya. Pine-pressure mo naman siya masyado."*

Tatay niya ang parati niyang sinasandalan kapag nasa bahay ito. Samantalang ang nanay niya ang kinatatakutan niya.

Kaso masyado siyang naging komportable sa pagkampi sa kanya ng tatay niya at hindi na nga niya naisip kung anong gusto niya. Ang kaibigan niyang si Black, alam na alam kung anong gustong gawin sa buhay.

Samantalang siya, hanggang ngayon hindi niya pa rin alam kung anong gusto niya.

"Anong iniisip mo?" Tanong sa kanya ni Ramiel bago umupo sa tabi niya.

Pamilyar ang senaryo. Nasa tabing-dagat silang dalawa at nakaupo sa buhangin. Sa malayo ay ang kaibigan niyang si Feliz, Black, kapatid nitong si Obsidian at sila Rahz. Maingay ang mga itong nagkukwentuhan. Ayaw pa sana siyang pasamahin ng tatay niya pero nakumbinsi ni Ramiel na hindi naman daw siya pababayaan bago gumraduate.

Panay naman ang tulak sa kanya ng nanay niya na gumala siya kasi hindi na raw siya makakagala kapag nagsimula na siyang magtrabaho. Kailangan niya raw ma-enjoy lahat lalo na ngayong bata pa siya.

"Kung anong gusto kong gawin sa buhay."

"Hindi mo pa rin pala alam ang sagot d'yan?"

Bumuntong-hininga siya at niyakap ang binti.

Hindi siya sigurado sa kung anong gusto niya pero hindi naman siya natatakot sumubok hanapin kung anong trip niya. Lahat ng nangyari sa kanya nitong mga nakaraang buwan parang panaginip lang. Kaya naniniwala naman siyang posible pa rin niyang mahanap ang gusto niyang gawin.

'Walang imposible.'

"Kayo bang mga diyos may pangarap sa buhay?"

Humiga si Ramiel sa buhangin. "Oo naman."

"Sana all."

Mahinang natawa si Ramiel sa kanya. Naramdaman niya ang daliri nitong tumusok sa braso niya. "Masyado kang nag-iisip."

Hinuli ni Rain ang daliri nito at hinawakan. "Kasalanan kaya 'yung hindi mag-isip."

"Tatanda ka niyan agad." Tukso pa nito sa kanya bago hinila ang daliri sa kanya at hinawakan ang buong kamay niya.

"Naiinggit ako sa inyo." Pag-amin niya kay Ramiel.

"Bakit?"

"Para kasing wala akong gustong maabot sa buhay. Ilang beses kong tinanong sarili ko kung anong gusto kong gawin pero wala akong maisip na sagot. Inisip ko lahat ng gusto ko pero hindi ko makita na ginagawa ko pa rin 'yung mga 'yon sa susunod na taon."

"Huwag mong i-pressure sarili mong isipin 'yung sagot kasi hindi mo pa naman na-e-experience lahat ng gusto mong gawin sa buhay. Saka mo na isipin kapag nagawa mo na lahat 'yon."

Hinila niya ang kamay ni Ramiel kaya napabangon ito.

"Sana lahat may pera para d'yan."

Tinaas ni Ramiel ang kamay nilang magkahawak. "Gusto mo ba magpuntang buwan?"

"Hindi ba ikaw na 'yon? Ikaw pa nga lumapit."

Pareho silang natawa.

Umusog uli papalapit sa kanya si Ramiel at sumandal sa balikat niya. Medyo nakikiliti siya sa buhok nito sa leeg niya pero hindi niya ito magawang itulak palayo. "Huwag ka na mag-isip masyado."

"Madali lang 'yan kung mayaman ka at kung wala kang nanay na tulad ng sa'kin."

"Kailan 'yung huli mong painting?"

"Matagal na, wala na 'kong oras para d'yan kasi sobrang daming school activities. Nakaka-drain." Paliwanag niya rito.

"Pwedeng magpa-commission sa'yo?" Tanong nito sa kanya bago umalis sa pagkakasandal sa kanya.

Napalingon naman siya kay Ramiel. "Portrait mo?"

Kumikislap ang mata ni Ramiel nang magsalubong ang tingin nila. "Nasubukan mo na ba mag-portrait?"

"Hindi pa."

Halos lahat ng painting niya ay landscape dahil do'n mahilig ang nanay niya. Kahit ang hobby na 'yon parang hindi sa kanya dahil ginaya niya lang naman ang mama niya sa pag-p-paint nung bata siya.

"Subukan mo uli pero ako naman 'yung muse mo." Nagtaas-baba ang kilay ni Ramiel sa kanya.

"Try ko."

—

"Damn." Ang nasabi na lang ni Rahz bago tumingin kung nasaan sina Ramiel at Rain.

Kung hindi niya kilala si Rain at Ramiel baka napagkamalan na niyang mag-jowa ang dalawa.

"Immortal na ba si Rain o…" Tanong naman ni Rioz.

"No. She has to die first before becoming one." Sagot ni Roki sa kanila.

Natahimik ang lahat sa mesa nila Rahz. Buti na lang at hindi nila kasama si Feliz kung hindi baka nagwala na ito para lang makuha ang sagot na gusto nitong makuha sa kanila.

"Gaia's severing the contract between Marquizas and Merquizalens." Paliwanag pa uli ni Roki.

"Ah." Ang nasabi na lang ni Rioz.

"Alam na ba ni Ramiel 'yan?" Tanong ni Rahz kay Roki.

Matagal bago ito sumagot. Busy kasi sa paglalaro sa cellphone.

"Ha?" Tanong nito pabalik. "Ano 'yon?"

"Kung alam na ni Ramiel ang tungkol d'yan?"

Umiling si Roki. "Oo."

About the author

Geomet Agape was born on the morning of July in one of the most populated parts of the Philippines. They started writing fiction at thirteen years old after having a weird dream about a guy who loves to talk about aliens in the middle of nowhere; that dream was so interesting to them that they had to jot it down on a piece of paper and let one of their classmates read it. From that day onwards, it became their habit to write down fascinating dreams and have someone read them.

* 9 7 8 9 3 5 7 8 7 7 7 4 9 *

FCW - #0033 - 061026 - C0 - 225/150/14 - PB - 9789357877749 - Matt Lamination